はじめての日

N
漢
8

アス

ask

はじめに

　本書は、日本語能力試験の各レベルに対応した漢字シリーズの一冊であり、N1の合格に必要とする漢字と漢字語彙を学ぶものです。

　日本語能力試験の公式問題集や試験対策本などを分析し、N1の試験に出る漢字を800字厳選しました。800字の中には、覚える必要があるが過去の試験での出題頻度が低い漢字も入っています。そのため出題頻度が高くない漢字は章の後半にまとめて記載しています。先に出題頻度の高い漢字を完璧に覚えた上で、さらなる高得点を目指して勉強を進めていってください。また、漢字語彙力があるかないかで試験の結果は大きく左右されます。そのため、N1の試験に出る可能性が高い語彙約1700語を収録しました。

　漢字の並び順については、漢字の一部が似ているものを集めて並べました。そうすることで、違いに注目し、漢字の形がイメージしやすくなると考えられます。

　覚えた漢字はWebドリルで復習できます。漢字語彙の定着を図るドリルの他に、JLPT形式の練習問題も用意していますので、試験対策にもつながります。

　N2レベルの漢字確認リストも用意しています。まずはN2レベルの漢字がきちんと習得できたかをチェックしてから、N1漢字の学習に入ってください。

　本書はコンパクトな判型のため、持ち歩きに便利で、スキマ時間を利用しての漢字学習が可能です。本書で漢字を学ぶ皆さんが試験に合格できるよう、心よりお祈りしております。

アスク出版　編集部一同

2021年10月

This book is part of a kanji study guide series covering each level of the Japanese Language Proficiency Test (JLPT). This volume is for readers seeking to study the kanji and kanji vocabulary necessary to pass the N1 level test.

After analyzing publicly released questions from past JLPTs as well as other study guides, 800 kanji were selected from actual kanji used on the N1 level test. Among these 800 kanji, there are some kanji that are a must to know even though they may have appeared relatively less frequently on past tests as other kanji. These kanji are listed in the latter half of each chapter. Study by first thoroughly memorizing kanji that appear on the test with greater frequency, then continue to study the rest and aim for an even higher score. Having a strong knowledge of kanji vocabulary can have a significant effect on the results of your test. For this reason, we have also compiled 1,700 vocabulary words that are most likely to be used on the N1 level test.

The kanji in this book are organized based on similar looking kanji radicals. By doing so, we hope that this will make it easier to see and understand the differences between the kanji and better visualize the shape of each kanji.

You can review the kanji you have learned in this book using our Web Drills. In addition to drills that test your knowledge of kanji vocabulary, there are also practice questions that are written in the same format as those on the JLPT to help you better prepare for the test.

We have also included N2 level kanji checklists. We advise that you first make sure that you have a strong grasp of N2 level kanji before studying N1 level kanji.

This book has been designed to be compact, so you can easily carry it around wherever you go and study at your leisure. We hope from the bottom of our hearts that studying kanji using this book will help you pass the JLPT.

Ask Publishing Editing Department
October 2021

Đây là một trong những quyển thuộc bộ sách Kanji ứng với từng cấp độ của kỳ thi năng lực tiếng Nhật, dùng để học chữ Hán và các từ vựng cần thiết để thi đỗ chứng chỉ năng lực Nhật ngữ N1.

Chúng tôi đã phân tích bộ đề chính thức của kỳ thi năng lực tiếng Nhật và sách luyện thi, đồng thời tuyển chọn kỹ lưỡng 800 chữ Kanji cho chứng chỉ N1. Trong 800 chữ Kanji này, có nhiều từ cần phải nhớ nhưng xác suất có mặt ở đề thi cũ lại không cao, vì thế những chữ Kanji này sẽ được sắp xếp ở phần sau của chương. Các bạn hãy tập trung học thật kỹ những từ Kanji có xác suất cao trước, rồi sau đó hãy tiếp tục học những từ còn lại để có thể đạt được điểm số cao trong kỳ thi.

Ngoài ra, kết quả bài thi sẽ bị ảnh hưởng rất nhiều với việc bạn có vốn từ vựng Kanji hay không. Vì vậy, chúng tôi đã biên soạn khoảng 1700 từ vựng có khả năng cao sẽ xuất hiện trong kỳ thi lấy chứng chỉ năng lực Nhật ngữ N1.

Về thứ tự trình bày, chúng tôi đã thu thập và sắp xếp các chữ Kanji có cùng bộ chữ tương tự. Làm như vậy, người học sẽ dễ tập trung vào sự khác biệt và dễ hình dung ra hình dạng của chữ Kanji hơn.

Bạn có thể ôn lại các chữ Kanji đã nhớ bằng cách sử dụng phần luyện tập trên trang web. Ngoài các bài luyện tập để nhớ kỹ từ vựng Kanji, các bài tập kiểu JLPT cũng được chuẩn bị sẵn để giúp bạn chuẩn bị thật tốt cho kỳ thi.

Chúng tôi cũng có danh sách để ôn lại Kanji cấp độ N2, vì vậy trước tiên hãy kiểm tra xem bạn đã nắm vững Kanji trình độ N2 hay chưa, sau đó hãy bắt tay vào học Kanji N1.

Sách được thiết kế nhỏ gọn rất tiện để mang theo nên bạn có thể học Kanji trong bất kỳ thời gian trống nào. Chúc tất cả các bạn - những người học Kanji trong cuốn sách này đều có thể vượt qua kỳ thi với kết quả như mong đợi.

Ban Biên tập

Nhà xuất bản ASK

Tháng 10 năm 2021

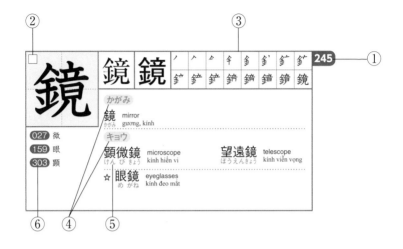

②③①
⑥④⑤

鏡 鏡 鏡 ノ ハ ム 牟 金 金 釒 釒
釒 釒 釒 鈘 鈘 鏡 鏡 鏡

かがみ
鏡 mirror
かがみ gương, kính

キョウ
顕微鏡 microscope
けん び きょう kính hiển vi

望遠鏡 telescope
ぼうえんきょう kính viễn vọng

☆ 眼鏡 eyeglasses
め がね kính đeo mắt

027 微
159 眼
303 顕

本書の使い方
ほんしょ つか かた

① 漢字の番号です。
かんじ ばんごう

② チェックボックスです。覚えたら、チェックを入れましょう。
おぼ

③ 漢字の書き順です。本を見ながら、紙などに書いて練習しましょう。
かんじ か じゅん ほん み かみ か れんしゅう

④ 漢字の訓読みと音読みです。訓読みはひらがな、音読みはカタカナ表
かんじ くんよ おんよ くんよ おんよ ひょう
記になっています。また、テストのために覚える必要がある読みは赤、
き おぼ ひつよう よ あか
それ以外は黒になっています。必要に応じて覚えましょう。
くろ ひつよう おう おぼ

⑤ 語彙の読みです。対象の漢字を使った、N1の試験に出る可能性が高い
ごい よ たいしょう かんじ つか しけん で かのうせい たか
語彙を徹底して選び出しました。日本語能力試験では、漢字は語彙に
ごい てってい えら だ にほんごのうりょくしけん かんじ ごい
組み込まれる形で出題されるので、単漢字を勉強したあと、語彙も覚
く こ かたち しゅつだい たんかんじ べんきょう ごい おぼ
えましょう。覚える必要がある読みは赤になっています。声に出して
おぼ ひつよう よ あか こえ だ
読んで練習しましょう。☆は特別な読み方の語彙です。そのまま覚え
よ れんしゅう とくべつ よ かた ごい おぼ
ましょう。

⑥ こちらの語彙に組み込まれ、本書の800字にも含まれる関連漢字です。
ごい く こ ほんしょ じ ふく かんれんかんじ

6

① This is the kanji number.

② This is a checkbox. Put a check here once you have memorized this kanji.

③ This shows the kanji's stroke order. Practice by writing the kanji while looking at the stroke order in the book.

④ These are the kun yomi and on yomi of the kanji. The kun yomi is shown in hiragana, and the on yomi is shown in katakana. Also, the readings that you need to know for the test are in red, while the rest are in black. Be sure to learn what you need to know.

⑤ These are the readings for the related kanji vocabulary. These specially chosen vocabulary words include the given kanji and have a high probability of being used in the actual N1 level test. On the JLPT, kanji are used in vocabulary questions, so be sure to learn the kanji vocabulary words after learning the individual kanji. The readings you need to learn are shown in red. Practice reading them out loud.Words with ☆have special and irregular readings. You just need to memorize them as they are.

⑥ These are related kanji that appear in kanji vocabulary with the given kanji and are also included in the 800 kanji presented in this book.

Cách sử dụng cuốn sách này

① Số chữ Kanji

② Check box. Nếu ghi nhớ rồi thì hãy check vào.

③ Thứ tự nét viết Kanji. Vừa xem sách vừa luyện viết ra giấy.

④ Cách đọc âm Kun và âm On của Kanji. Âm Kun sẽ được biểu thị bằng chữ Hiragana và âm On sẽ được biểu thị bằng chữ Katakana. Ngoài ra, những cách đọc cần phải nhớ để làm bài thi sẽ được in bằng màu đỏ, còn lại là màu đen. Hãy ghi nhớ khi cần thiết.

⑤ Cách đọc từ vựng. Chúng tôi đã chọn lựa kỹ lưỡng các từ vựng sử dụng Kanji có khả năng xuất hiện cao trong kỳ thi chứng chỉ N1. Trong kỳ thi năng lực tiếng Nhật, chữ Kanji được đưa ra dưới dạng tổng hợp từ vựng, vì vậy hãy cùng nhớ từ vựng sau khi đã học các từ đơn lẻ. Các bài đọc cần nhớ sẽ được bôi màu đỏ. Hãy đọc to và luyện tập. ☆Là những từ có cách đọc đặc biệt. Các bạn hãy học thuộc nhé.

⑥ Đây là những chữ Kanji liên quan được kết hợp với từ vựng và cũng được bao gồm trong 800 chữ có trong cuốn sách này.

Webドリル

練習問題がウェブサイトにあります（PDF／オンライン）。全部で10回分あり、覚えた漢字をWebドリルで復習できます。JLPT形式の練習問題を通して、試験対策ができます。詳しくは下記ウェブサイトをご覧ください。

Web Drills

Practice questions are available on our Web site (PDF/online). There are ten tests in all that you can use to review the kanji you learn in this book. Reviewing using practice questions that are presented in the same format as questions on the actual test will help prepare you for taking the real test. See our Web site for more information.

Luyện tập trên web

Các bài luyện tập có trên trang web (PDF/online). Tổng cộng có 10 lần, vì vậy hãy ôn tập các chữ Kanji đã nhớ bằng bài luyện tập trên web. Thông qua các bài tập kiểu JLPT sẽ giúp bạn chuẩn bị thật tốt cho kỳ thi. Vui lòng xem trang web dưới đây để biết thêm chi tiết.

PC https://www.ask-books.com/jp/jlptkanji/

Smartphone

第2章：ここで差がつく！ N1漢字
さ　　　　　　　かんじ

(This can make all the difference! N1 Kanji! / Chữ Hán N1! Tạo ra sự khác biệt!)

N2漢字　確認リスト
かんじ　　かくにん

N2 Kanji Checklist
Danh mục xác nhận chữ Hán trình độ N2

N2漢字	訓読み	音読み
仏	ほとけ	ブツ
仲	なか	チュウ
似	に-る	ジ
仮	かり	カ / ケ
伸	の-ばす / の-びる / の-べる	シン
伺	うかが-う	シ
依		イ / エ

N2漢字	訓読み	音読み
俳		ハイ
候	そうろう	コウ
倒	たお-す / たお-れる	トウ
偶		グウ
偉	えら-い	イ
傷	きず / いた-める / いた-む	ショウ
催	もよお-す	サイ

11

N2漢字 かんじ	訓読み くんよ	音読み おんよみ
促	うなが-す	ソク
傾	かたむ-ける / かたむ-く	ケイ
僚		リョウ
僕		ボク
像		ゾウ
象		ゾウ / ショウ
億		オク
儀		ギ

N2漢字 かんじ	訓読み くんよ	音読み おんよみ
往		オウ
律		リツ / リチ
徐		ジョ
徒		ト
従	したが-える / したが-う	ジュウ / ジュ / ショウ
得	え-る / う-る	トク
街	まち	カイ / ガイ
御	おん	ゴ / ギョ

N2漢字 かんじ	訓読み くんよ	音読み おんよみ
□ 徴		チョウ
□ 汗	あせ	カン
□ 沈	しず-める しず-む	チン
□ 沿	そ-う	エン
□ 況		キョウ
□ 沸	わ-かす わ-く	フツ
□ 泥	どろ	デイ
□ 河	かわ	カ

N2漢字 かんじ	訓読み くんよ	音読み おんよみ
□ 浜	はま	ヒン
□ 湾	ワン	
□ 湖	みずうみ	コ
□ 洪		コウ
□ 浅	あさ-い	セン
□ 派		ハ
□ 浮	う-かべる う-かぶ う-く う-かれる	フ
□ 涙	なみだ	ルイ

13

N2漢字	訓読み	音読み
液		エキ
添	そ-える / そ-う	テン
混	ま-ぜる / ま-ざる / ま-じる / こ-む	コン
清	きよ-い / きよ-める / きよ-まる	セイ / ショウ
渉		ショウ
渋	しぶ-い / しぶ / しぶ-る	
滞	とどこお-る	タイ
湯	ゆ	トウ

N2漢字	訓読み	音読み
湿	しめ-す / しめ-る	シツ
測	はか-る	ソク
滑	すべ-る / なめ-らか	カツ / コツ
源	みなもと	ゲン
溶	と-かす / と-ける / と-く	ヨウ
浴	あ-びる / あ-びせる	ヨク
演		エン
漁		ギョ / リョウ

N2漢字 かんじ	訓読み くんよ	音読み おんよみ
漫		マン
滴	しずく したた-る	テキ
潔	いさぎよ-い	ケツ
濃	こ-い	ノウ
激	はげ-しい	ゲキ
濯		タク
凍	こお-る こご-える	トウ
祭	まつ-る まつ-り	サイ

N2漢字 かんじ	訓読み くんよ	音読み おんよみ
票		ヒョウ
標		ヒョウ
机	つくえ	キ
材		ザイ
析		セキ
板	いた	ハン バン
杯	さかずき	ハイ
枝	えだ	シ

15

N2漢字	訓読み	音読み
柱	はしら	チュウ
柄	がら え	ヘイ
枯	か-らす か-れる	コ
桜	さくら	オウ
株	かぶ	
棒		ボウ
棚	たな	
極	きわ-める きわ-まる きわ-み	キョク ゴク

N2漢字	訓読み	音読み
模		モ ボ
構	かま-える かま-う	コウ
権		ケン ゴン
染	そ-める そ-まる し-みる し-み	セン
柔	やわ-らか やわ-らかい	ジュウ ニュウ
秀	ひい-でる	シュウ
季		キ
秘	ひ-める	ヒ

N2漢字 かんじ	訓読み くんよ	音読み おんよみ
程	ほど	テイ
積	つ-む つ-もる	セキ
穏	おだ-やか	オン
隠	かく-す かく-れる	イン
除	のぞ-く	ジョ ジ
陸		リク
陽		ヨウ
隅	すみ	グウ

N2漢字 かんじ	訓読み くんよ	音読み おんよみ
障	さわ-る	ショウ
隣	となり とな-る	リン
郊		コウ
粉	こ こな	フン
粒	つぶ	リュウ
糖		トウ
精		セイ ショウ
肯		コウ

N2漢字	訓読み	音読み
肩	かた	ケン
背	せ / せい / そむ-ける / そむ-く	ハイ
胃		イ
骨	ほね	コツ
鼻	はな	ビ
肌	はだ	
脂	あぶら	シ
脈		ミャク

N2漢字	訓読み	音読み
胸	むね / むな	キョウ
脳		ノウ
腕	うで	ワン
腰	こし	ヨウ
腹	はら	フク
臓		ゾウ
眠	ねむ-い / ねむ-る	ミン
眺	なが-める	チョウ

18

N2漢字 かん じ	訓読み くん よ	音読み おんよみ
兆	きざ-す きざ-し	チョウ
署		ショ
罪	つみ	ザイ
跡	あと	セキ
踊	おど-る おど-り	ヨウ
踏	ふ-む ふ-まえる	トウ
臣		シン ジン
巨		キョ

N2漢字 かん じ	訓読み くん よ	音読み おんよみ
距		キョ
拒	こば-む	キョ
扱	あつか-う	
及	およ-ぶ およ-び およ-ぼす	キュウ
抑	おさ-える	ヨク
印	しるし	イン
批		ヒ
抜	ぬ-く ぬ-ける ぬ-かす ぬ-かる	バツ

N2漢字	訓読み	音読み
抗		コウ
抱	だ-く いだ-く かか-える	ホウ
包	つつ-む	ホウ
拠		キョ コ
処		ショ
担	にな-う かつ-ぐ	タン
抽		チュウ
抵		テイ

N2漢字	訓読み	音読み
拝	おが-む	ハイ
招	まね-く	ショウ
拡		カク
挟	はさ-む はさ-まる	キョウ
拾	ひろ-う	シュウ ジュウ
捜	さが-す	ソウ
振	ふ-る ふ-るう ふ-れる	シン
捕	と-る つか-まえる つか-まる と-らえる と-らわれる	ホ

N2漢字 かん じ	訓読み くん よ	音読み おんよみ
□ 描	か-く えが-く	ビョウ
□ 採	と-る	サイ
□ 捨	す-てる	シャ
□ 探	さが-す さぐ-る	タン
□ 推	お-す	スイ
□ 離	はな-す はな-れる	リ
□ 掃	は-く	ソウ
□ 掘	ほ-る	クツ

N2漢字 かん じ	訓読み くん よ	音読み おんよみ
□ 掲	かか-げ る	ケイ
□ 握	にぎ-る	アク
□ 換	か-える か-わる	カン
□ 提	さ-げる	テイ
□ 援		エン
□ 損	そこ-ねる そこ-なう	ソン
□ 携	たずさ-える たずさ-わる	ケイ
□ 帯	お-びる おび	タイ

21

N2漢字	訓読み	音読み
撮	と-る	サツ
操	あやつ-る / みさお	ソウ
災	わざわ-い	サイ
炎	ほのお	エン
灯	ひ	トウ
畑	はた / はたけ	
焼	や-く / や-ける	ショウ
煙	けむ-い / けむ-る / けむり	エン

N2漢字	訓読み	音読み
乾	かわ-かす / かわ-く	カン
燥		ソウ
爆		バク
燃	も-やす / も-える / も-す	ネン
焦	こ-がす / こ-げる / こ-がれる / あせ-る	ショウ
照	て-らす / て-れる / て-る	ショウ
熟	う-れる	ジュク
志	こころざ-す / こころざし	シ

N2漢字 かんじ	訓読み くんよ	音読み おんよみ
☐ 怒	いか-る / おこ-る	ド
☐ 恵	めぐ-む	エ / ケイ
☐ 息	いき	ソク
☐ 恐	おそ-ろしい / おそ-れる	キョウ
☐ 患	わずら-う	カン
☐ 惑	まど-う	ワク
☐ 態		タイ
☐ 恥	は-ずかしい / は-じる / はじ / は-じらう	チ

N2漢字 かんじ	訓読み くんよ	音読み おんよみ
☐ 快	こころよ-い	カイ
☐ 怪	あや-しい / あや-しむ	カイ
☐ 怖	こわ-い	フ
☐ 悔	くや-しい / く-やむ / く-いる	カイ
☐ 悩	なや-む / なや-ます	ノウ
☐ 慌	あわ-てる / あわ-ただしい	コウ
☐ 憎	にく-む / にく-い / にく-らしい / にく-しみ	ゾウ
☐ 憶		オク

23

N2漢字	訓読み	音読み
均		キン
坂	さか	ハン
坊		ボウ / ボッ
城	しろ	ジョウ
埋	う-める / う-まる / う-もれる	マイ
域		イキ
塔		トウ
塩	しお	エン

N2漢字	訓読み	音読み
境	さかい	キョウ / ケイ
壊	こわ-す / こわ-れる	カイ
至	いた-る	シ
塗	ぬ-る	ト
壁	かべ	ヘキ
針	はり	シン
鈍	にぶ-い / にぶ-る	ドン
鋭	するど-い	エイ

N2漢字 <small>かんじ</small>	訓読み <small>くんよ</small>	音読み <small>おんよみ</small>
☐ 鉱		コウ
☐ 銅		ドウ
☐ 録		ロク
☐ 砂	すな	サ シャ
☐ 破	やぶ-る やぶ-れる	ハ
☐ 皮	かわ	ヒ
☐ 硬	かた-い	コウ
☐ 更	さら ふ-かす ふ-ける	コウ

N2漢字 <small>かんじ</small>	訓読み <small>くんよ</small>	音読み <small>おんよみ</small>
☐ 珍	めずら-しい	チン
☐ 環		カン
☐ 功		コウ ク
☐ 攻	せ-める	コウ
☐ 販		ハン
☐ 貼	は-る	
☐ 購		コウ
☐ 贈	おく-る	ゾウ ソウ

25

N2漢字 かんじ	訓読み くんよ	音読み おんよみ
貨		カ
貧	まず-しい	ヒン ビン
乏	とぼ-しい	ボウ
貴	たっと-い たっと-ぶ とうと-い とうと-ぶ	キ
賃		チン
賞		ショウ
賛		サン
賢	かしこ-い	ケン

N2漢字 かんじ	訓読み くんよ	音読み おんよみ
頂	いただ-く いただき	チョウ
頃	ころ	
順		ジュン
頑		ガン
丈	たけ	ジョウ
領		リョウ
頼	たの-もしい たの-む たよ-る	ライ
額	ひたい	ガク

26

N2漢字 かんじ	訓読み くんよ	音読み おんよみ
叫	さけ-ぶ	キョウ
吸	す-う	キュウ
吹	ふ-く	スイ
咲	さ-く	
喫		キツ
号		ゴウ
占	し-める うらな-う	セン
召	め-す	ショウ

N2漢字 かんじ	訓読み くんよ	音読み おんよみ
舌	した	ゼツ
谷	たに	コク
否	いな	ヒ
含	ふく-める ふく-む	ガン
哲		テツ
喜	よろこ-ぶ	キ
善	よ-い	ゼン
討	う-つ	トウ

27

N2漢字	訓読み	音読み
訓		クン
訳	わけ	ヤク
許	ゆる-す	キョ
診	み-る	シン
詞		シ
詩		シ
詳	くわ-しい	ショウ
缶		カン

N2漢字	訓読み	音読み
詰	つ-める / つ-まる / つ-む	キツ
誤	あやま-る	ゴ
認	みと-める	ニン
識		シキ
誘	さそ-う	ユウ
誕		タン
延	の-ばす / の-びる / の-べる	エン
請	こ-う / う-ける	セイ / シン

N2漢字 かんじ	訓読み くんよ	音読み おんよみ
□ 諸		ショ
□ 誰	だれ	
□ 謝	あやま-る	シャ
□ 講		コウ
□ 看		カン
□ 護		ゴ
□ 譲	ゆず-る	ジョウ
□ 昨		サク

N2漢字 かんじ	訓読み くんよ	音読み おんよみ
□ 晩		バン
□ 暇	ひま	カ
□ 昇	のぼ-る	ショウ
□ 暴	あば-く	ボウ
	あば-れる	バク
□ 曇	くも-る	ドン
□ 替	か-える	タイ
	か-わる	
□ 零		レイ
□ 雷	かみなり	ライ

29

N2漢字	訓読み	音読み
需		ジュ
孤		コ
孫	まご	ソン
系		ケイ
姓		セイ / ショウ
娘	むすめ	
嫌	きら-う / いや	ケン / ゲン
委	ゆだ-ねる	イ

N2漢字	訓読み	音読み
姿	すがた	シ
祈	いの-る	キ
祝	いわ-う	シュク / シュウ
祖		ソ
視		シ
福		フク
祉		シ
被	かぶ-る / かぶ-せる / こうむ-る	ヒ

30

N2漢字 かんじ	訓読み くんよ	音読み おんよみ
☐ 補	おぎな-う	ホ
☐ 衣	ころも	イ
☐ 袋	ふくろ	タイ
☐ 装	よそお-う	ソウ ショウ
☐ 裏	うら	リ
☐ 裁	た-つ さば-く	サイ
☐ 載	の-せる の-る	サイ
☐ 犯	おか-す	ハン

N2漢字 かんじ	訓読み くんよ	音読み おんよみ
☐ 独	ひと-り	ドク
☐ 狭	せま-い せば-める せば-まる	キョウ
☐ 猫	ねこ	ビョウ
☐ 帳		チョウ
☐ 幅	はば	フク
☐ 帽		ボウ
☐ 救	すく-う	キュウ
☐ 散	ち-らす ち-る ち-らかす ち-らかる	サン

31

N2漢字	訓読み	音読み
匹	ひき	ヒツ
敵	かたき	テキ
敬	うやま-う	ケイ
警		ケイ
驚	おどろ-かす / おどろ-く	キョウ
駐		チュウ
騒	さわ-ぐ	ソウ
状		ジョウ

N2漢字	訓読み	音読み
将		ショウ
寸		スン
封		フウ / ホウ
射	い-る	シャ
専	もっぱ-ら	セン
尊	とうと-い / とうと-ぶ / たっと-い / たっと-ぶ	ソン
導	みちび-く	ドウ
欧		オウ

N2漢字 かんじ	訓読み くんよ	音読み おんよみ
☐ 欲	ほ-しい ほっ-する	ヨク
☐ 歓		カン
☐ 勧	すす-める	カン
☐ 幼	おさな-い	ヨウ
☐ 軒	のき	ケン
☐ 軟	やわ-らかい やわ-らか	ナン
☐ 較		カク
☐ 輪	わ	リン

N2漢字 かんじ	訓読み くんよ	音読み おんよみ
☐ 輩		ハイ
☐ 紅	べに くれない	コウ ク
☐ 緑	みどり	リョク ロク
☐ 納	おさ-める おさ-まる	ノウ ナッ ナ ナン トウ
☐ 純		ジュン
☐ 統	す-べる	トウ
☐ 充	あ-てる	ジュウ
☐ 絶	た-える た-やす た-つ	ゼツ

33

N2漢字	訓読み	音読み
継	つ-ぐ	ケイ
総		ソウ
綿	わた	メン
緒	お	ショ / チョ
締	し-める / し-まる	テイ
編	あ-む	ヘン
緩	ゆる-い / ゆる-やか / ゆる-める / ゆる-む	カン
績		セキ

N2漢字	訓読み	音読み
縮	ちぢ-む / ちぢ-める / ちぢ-まる / ちぢ-らす / ちぢ-れる	シュク
織	お-る	シキ / ショク
繰	く-る	
素		ソ / ス
緊		キン
張	は-る	チョウ
干	ほ-す / ひ-る	カン
刊		カン

34

N2漢字 かんじ	訓読み くんよ	音読み おんよみ
□ 列		レツ
□ 到		トウ
□ 刷	す-る	サツ
□ 刻	きざ-む	コク
□ 刺	さ-す さ-さる	シ
□ 削	けず-る	サク
□ 副		フク
□ 劇		ゲキ

N2漢字 かんじ	訓読み くんよ	音読み おんよみ
□ 乱	みだ-す みだ-れる	ラン
□ 乳	ちち ち	ニュウ
□ 全	まった-く すべ-て	ゼン
□ 企	くわだ-てる	キ
□ 余	あま-す あま-る	ヨ
□ 途		ト
□ 述	の-べる	ジュツ
□ 迷	まよ-う	メイ

N2漢字	訓読み	音読み
逆	さか-らう / さか	ギャク
透	す-く / す-かす / す-ける	トウ
達	たち	タツ
適		テキ
避	さ-ける	ヒ
超	こ-える / こ-す	チョウ
趣	おもむき	シュ
穴	あな	ケツ

N2漢字	訓読み	音読み
宇		ウ
宙		チュウ
宝	たから	ホウ
官		カン
突	つ-く	トツ
害		ガイ
密		ミツ
寂	さび-しい / さび-れる / さび	ジャク / セキ

N2漢字 かんじ	訓読み くんよ	音読み おんよみ
寄	よ-る よ-せる	キ
富	と-む とみ	フ フウ
就	つ-ける つ-く	シュウ ジュ
寝	ね-かす ね-る	シン
察		サツ
丁		テイ チョウ
寧		ネイ
軍		グン

N2漢字 かんじ	訓読み くんよ	音読み おんよみ
挙	あ-げる あ-がる	キョ
栄	さか-える は-え は-える	エイ
与	あた-える	ヨ
党		トウ
竹	たけ	
符		フ
等	ひと-しい	トウ
策		サク

N2漢字	訓読み	音読み
筋	すじ	キン
筒	つつ	トウ
筆	ふで	ヒツ
節	ふし	セツ / セチ
即		ソク
箱	はこ	
範		ハン
築	きず-く	チク

N2漢字	訓読み	音読み
籍		セキ
荒	あら-い / あ-らす / あ-れる	コウ
著	いちじる-しい / あらわ-す	チョ
蒸	む-す / む-らす / む-れる	ジョウ
蓄	たくわ-える	チク
畜		チク
幕		マク / バク
暮	く-らす / く-れる	ボ

N2漢字 かんじ	訓読み くんよ	音読み おんよみ
蔵	くら	ゾウ
薄	うす-い うす-める うす-まる うす-らぐ うす-れる	ハク
圧		アツ
灰	はい	カイ
炭	すみ	タン
岸	きし	ガン
庁		チョウ
序		ジョ

N2漢字 かんじ	訓読み くんよ	音読み おんよみ
床	ゆか とこ	ショウ
応	こた-える	オウ
底	そこ	テイ
氏	うじ	シ
庫		コ ク
磨	みが-く	マ
症		ショウ
療		リョウ

39

N2漢字	訓読み	音読み
厳	きび-しい おごそ-か	ゲン ゴン
居	い-る	キョ
展		テン
覧		ラン
属		ゾク
層		ソウ
戸	と	コ
雇	やと-う	コ

N2漢字	訓読み	音読み
舟	ふね ふな	シュウ
航		コウ
般		ハン
殿	との どの	デン テン
羊	ひつじ	ヨウ
群	む-れる む-れ むら	グン
鮮	あざ-やか	セン
革	かわ	カク

N2漢字 かんじ	訓読み くんよ	音読み おんよみ
☐ 靴	くつ	カ
☐ 片	かた	ヘン
☐ 版		ハン
☐ 景		ケイ
☐ 影	かげ	エイ
☐ 響	ひび-く	キョウ
☐ 令		レイ
☐ 齢		レイ

N2漢字 かんじ	訓読み くんよ	音読み おんよみ
☐ 旧		キュウ
☐ 児		ジ / ニ
☐ 布	ぬの	フ
☐ 希		キ
☐ 望	のぞ-む	ボウ / モウ
☐ 豆	まめ	トウ / ズ
☐ 豊	ゆた-か	ホウ
☐ 良	よ-い	リョウ

41

N2漢字	訓読み	音読み
養	やしな-う	ヨウ
我	われ / わ	ガ
義		ギ
皿	さら	
益		エキ / ヤク
盗	ぬす-む	トウ
盛	さか-ん / も-る / さか-る	セイ / ジョウ
兵		ヘイ / ヒョウ

N2漢字	訓読み	音読み
典		テン
興	おこ-す / おこ-る	キョウ / コウ
異	こと	イ
畳	たた-む / たたみ	ジョウ
臭	くさ-い / にお-う	シュウ
契	ちぎ-る	ケイ
奥	おく	オウ
劣	おと-る	レツ

N2漢字 かんじ	訓読み くんよ	音読み おんよみ
☐ 努	つと-める	ド
☐ 勇	いさ-む	ユウ
☐ 勢	いきお-い	セイ
☐ 氷	こおり ひ	ヒョウ
☐ 永	なが-い	エイ
☐ 双	ふた	ソウ
☐ 卵	たまご	ラン
☐ 競	きそ-う せ-る	キョウ ケイ

N2漢字 かんじ	訓読み くんよ	音読み おんよみ
☐ 羽	はね は	ウ
☐ 翌		ヨク
☐ 端	はし は はた	タン
☐ 童	わらべ	ドウ
☐ 章		ショウ
☐ 辛	から-い	シン
☐ 率	ひき-いる	リツ ソツ
☐ 武		ブ ム

N2漢字 かんじ	訓読み くんよみ	音読み おんよみ
歳		サイ / セイ
舞	ま-う / まい	ブ
麦	むぎ	バク
髪	かみ	ハツ
巻	ま-く / まき	カン
毒		ドク
整	ととの-える / ととの-う	セイ
施	ほどこ-す	シ / セ

N2漢字 かんじ	訓読み くんよみ	音読み おんよみ
耕	たがや-す	コウ
略		リャク
弾	ひ-く / はず-む / たま	ダン
触	ふ-れる / さわ-る	ショク
亡	な-い	ボウ / モウ
互	たが-い	ゴ
句		ク
甘	あま-い / あま-やかす / あま-える	カン

N2漢字 かんじ	訓読み くんよみ	音読み おんよみ
冊		サツ
		サク
州	す	シュウ
博		ハク
		バク
士		シ
了		リョウ
承	うけた まわ-る	ショウ
周	まわ-り	シュウ
囲	かこ-む	イ
	かこ-う	

第1章

試験によくでる！
しけん

N1 漢字
かんじ

001-078

クイズ

「さむらい」はどう書く？

寺　侍　待　特

001

伏 | 伏 | ノ | イ | 仁 | 什 | 伏 | 伏 |

ふ-せる　ふ-す

フク

起伏 undulation
き ふく　lên xuống, thăng trầm

002

仰 | 仰 | ノ | イ | 仁 | 化 | 你 | 仰 |

あお-ぐ　おお-せ

仰ぐ look up (at/to)
あお　ngước lên, tôn kính

ギョウ　コウ

信仰 faith
しんこう　tín ngưỡng

003

伐 | 伐 | ノ | イ | 仁 | 代 | 伐 | 伐 |

バツ

討伐 subjugation　　伐採 tree trimming
とうばつ　chinh phạt　　ばっさい　chặt cây

004

伴 伴 | ノ イ イ 伖 伅 伴 伴

ともな-う

伴う accompany
ともな　kéo theo, dẫn đến

ハン　バン

005

伯 伯 | ノ イ イ' 伫 伯 伯 伯

ハク

伯爵 count, earl
はくしゃく　bá tước

☆ 伯父 uncle (older than one's parent)
　お　じ　bác trai

☆ 伯母 aunt (older than one's parent)
　お　ば　bác gái

006

叔 叔 | l ト 上 才 未 未 叔 叔

シュク

☆ 叔父 uncle (younger than one's parent)
　お　じ　chú, cậu

☆ 叔母 aunt (younger than one's parent)
　お　ば　cô, dì

49

007 □

併

併	併	ノ	イ	什	併	伫	併	併

あわ-せる

ヘイ

合併 merger
がっぺい　hợp nhất, sáp nhập

---

008 □

侍

侍	侍	ノ	イ	仁	仕	件	侍	侍

さむらい

侍 samurai
さむらい　võ sĩ, samurai

ジ

---

009 □

侮

侮	侮	ノ	イ	イ	仁	佇	佐	侮

あなど-る

ブ

侮辱 insult
ぶじょく　nhục mạ, sỉ nhục

010

俗 俗 | ノ | イ | イ | 仏 | 伀 | 俗 | 俗 | 俗
俗

ゾク

世俗的 secular
せ ぞくてき　tính trần tục

風俗 sex industry
ふうぞく　phong tục, dịch vụ tình dục

011

侵 侵 | ノ | イ | 仁 | 仨 | 侣 | 侵 | 侵 | 侵
侵

おか-す

侵す invade
おか　xâm phạm

シン

侵略 aggression
しんりゃく　xâm lược

侵入 invasion
しんにゅう　xâm nhập

012

俵 俵 | ノ | イ | 仁 | 仕 | 件 | 佳 | 伊 | 俵
俵 俵

たわら

俵 straw bag
たわら　bao, túi

ヒョウ

土俵 sumo wrestling ring
ど ひょう　đấu trường, võ đài

013 俺

俺	俺	ノ	イ	イ	仁	仸	佮	佮	侊
		侊	俺						

おれ

俺 I (male)
_{おれ} tao, tớ

014 倹

倹	倹	ノ	イ	イ	伫	伫	伶	伶	倹
		伩	倹						

ケン

倹約 frugality
_{けんやく} tiết kiệm

015 倣

倣	倣	ノ	イ	亻	广	竹	仿	劾	劾
		劾	倣						

なら-う

倣う imitate
_{なら} phỏng theo, làm theo

ホウ

模倣 imitation
_{も ほう} mô phỏng, sao chép

016

偽 偽 | ノ イ イ 伊 伊 伊 偽 偽
偽 偽 偽

いつわ-る **にせ**

偽り falsehood
いつわ　nói dối, nói phét

ギ

偽造 forgery
ぎ ぞう　làm giả

017

偏 偏 | ノ イ 广 伊 伊 伊 伊 偏
偏 偏 偏

かたよ-る

偏り deviation　　　　　　**偏る** lean to one side
かたよ　sự mất cân bằng　　　かたよ　nghiêng lệch, mất cân bằng

ヘン

偏見 prejudice
へんけん　thiên kiến, suy nghĩ phiến diện

偏食 unbalanced diet　　　**偏差値** deviation value
へんしょく　việc ăn uống không cân đối　へんさち　điểm chuẩn

018

傍 傍 | ノ イ イ 广 伫 伫 伫 伫
伫 伫 傍 傍

かたわ-ら

傍ら beside
かたわ　bên cạnh

ボウ

019 傑

傑	傑	ノ	イ	イ	イ	イ	イ	イ	イ
		傑	傑	傑	傑	傑			

ケツ

傑作 masterpiece
けっさく　kiệt tác

020 債

債	債	ノ	イ	イ	イ	イ	倩	倩
		倩	倩	倩	債	債		

サイ

負債 debt
ふさい　khoản nợ

負債額 amount of debt
ふさいがく　số tiền nợ

021 僅

僅	僅	ノ	イ	イ	仁	仕	仕	僅
		僅	僅	僅	僅	僅		

わず-か

僅か slight
わず　mảnh, nhẹ, nhỏ, chỉ là

キン

僧 僧 | ノ | イ | 亻 | 亻´ | 亻″ | 伫 | 伫 | 僧
僧 僧 僧 僧 僧

ソウ

僧 monk
そう nhà sư

尼僧 nun
に そう nữ tu, sư cô

791 尼

償 償 | 亻 | 亻´ | 亻″ | 伫 | 伫 | 僧 | 償 | 償
僧 僧 僧 僧 僧 僧 償 償

つぐな-う

償い atonement
つぐな sự chuộc tội

ショウ

賠償 compensation
ばいしょう bồi thường

補償 compensation
ほ しょう bù lỗ, đền bù

弁償 reimbursement
べんしょう bồi thường (về vật chất)

500 賠
520 弁

径 径 | ノ | ク | イ | 彳 | 径 | 径 | 径 | 径

ケイ

半径 radius
はんけい bán kính

直径 diameter
ちょっけい đường kính

025 征

征 征 | ⁄ | ⁊ | 彳 | 彳 | 彳 | 彳 | 征 | 征

セイ

征服 conquest
せいふく chinh phục

026 循

循 循 | ⁄ | ⁊ | 彳 | 彳 | 彳 | 彳 | 彳
 | 彳 | 循 | 循 | 循

ジュン

循環 cycle
じゅんかん tuần hoàn

027 微

微 微 | ⁄ | ⁊ | 彳 | 彳 | 彳 | 彳 | 彳
 | 微 | 微 | 微 | 微 | 微

かす-か

微か faint
かす thấp thoáng, nhỏ bé, một chút

245 鏡
303 顕
310 妙

ビ・ミ

微笑 smile
び しょう cười tùm tim

微塵 particle
み じん một chút

微妙 subtle
び みょう không rõ ràng, nửa vời

微量 minuscule amount
び りょう vi lượng, số lượng nhỏ

顕微鏡 microscope
けん び きょう kính hiển vi

56

028

徳

徳	徳	ノ	ク	イ	彳	彳	彳	袖	袖
		徳	徳	徳	徳	徳	徳		

トク

道徳 morals
どうとく　đạo đức

029

徹

徹	徹	ノ	ク	イ	彳	彳	行	行	行
		徶	徶	徶	徹	徹	徹	徹	

テツ

徹する devote oneself to
てっ　kiên định, làm hết mình

徹夜 staying up all night
てつや　suốt đêm, xuyên đêm

徹底 thoroughness
てってい　triệt để

030

衝

衝	衝	ノ	ク	イ	彳	彳	行	行	衝
		衝	衝	衝	衝	衝	衝	衝	

ショウ

518 撃

衝撃 shock
しょうげき　tác động, sốc

衝突事故 collision accident
しょうとつじこ　tai nạn va chạm xe

衝突 collision
しょうとつ　xung đột, va chạm

57

031

衡 衡 | ノ | ノ | イ | イ | イ⁻ | イァ | 徇 | 徜
徜 | 徧 | 渔 | 渔 | 渔 | 衡 | 衡 | 衡

コウ

均衡 equilibrium
きんこう　sự cân bằng

032

衛 衛 | ノ | ノ | イ | イ | イ⁻ | イ⁻ | イ⁻ | 徍
徍 | 徍 | 徍 | 徍 | 徫 | 衛 | 衛 | 衛

エイ

護衛 guard
ごえい　hộ vệ, bảo vệ

防衛 defense
ぼうえい　phòng vệ

衛生 hygiene
えいせい　vệ sinh

不衛生 inattention to hygiene
ふえいせい　mất vệ sinh

衛星 satellite
えいせい　vệ tinh

衛星放送 satellite broadcasting
えいせいほうそう　truyền hình vệ tinh

033

汁 汁 | ` | ⸳ | シ | シ⁻ | 汁 | | |

しる

汁 juice
しる　súp

味噌汁 miso soup
みそしる　súp miso

540 噌 | ジュウ

汽 沙 汰

034

汽汽 ` ｀ 氵 氵 汇 汽 汽

キ

汽車 steam train
きしゃ tàu chạy bằng hơi nước

汽船 steam boat
きせん thuyền chạy bằng hơi nước

035

沙沙 ` ｀ 氵 氵丿 氵丿 氵小 沙

サ

ご無沙汰 long silence
ぶ さ た lâu rồi không gặp (lịch sự)

036 汰

036

汰汰 ` ｀ 氵 氵一 汁 汰 汰

タ

ご無沙汰 long silence
ぶ さ た lâu rồi không gặp (lịch sự)

035 沙

037 □ 沢

| 沢 | 沢 | 丶 | 丶 | 氵 | 氵 | 氵フ | 沪 | 沢 | |

さわ

タク

光沢 luster
こうたく bóng loáng

贅沢 luxury
ぜいたく xa xỉ, xa hoa

贅沢三昧 indulge in luxury
ぜいたくざんまい sống trong sự xa hoa

沢山 a lot
たくさん nhiều

038 □ 没

| 没 | 没 | 丶 | 丶 | 氵 | 氵 | 氵フ | 氵殳 | 没 | |

ボツ

没 rejection
ぼつ mất, từ trần, chấm hết

日没 sunset
にちぼつ hoàng hôn

没落 ruin
ぼつらく tiêu tan, suy tàn

出没 appearing often
しゅつぼつ xuất hiện

没収 seizure
ぼっしゅう tịch thu

沈没 sinking
ちんぼつ chìm xuống, đắm chìm

039 □ 沼

| 沼 | 沼 | 丶 | 丶 | 氵 | 氵フ | 氵刀 | 氵刀 | 沼 | 沼 |

ぬま

沼 swamp
ぬま ao, đầm

沼地 marshland
ぬまち vùng đất ao

ショウ

040

泡 泡　｜｀｜｀｜氵｜氵｜汀｜汋｜沟｜泡｜

あわ

泡 bubble
あわ　bọt, bong bóng

泡立つ bubble
あわ だ　nổi bọt, nổi bong bóng

ホウ

041

泌 泌　｜｀｜｀｜氵｜氵｜汄｜汲｜泌｜泌｜

ヒツ　ヒ

分泌物 secretion
ぶんぴつぶつ　vật tiết ra, mủ, dịch

042

洞 洞　｜｀｜｀｜氵｜氵｜汀｜汩｜洞｜洞｜
｜洞｜

ほら

ドウ

洞察力 insight
どうさつりょく　năng lực nhận thức, hiểu rõ

043 津

津 津 | ` 氵 沪 沪 沪 沪 津

つ

津波 tidal wave
つなみ　sóng thần

シン

044 浄

浄 浄 | ` 氵 氵 汐 汐 浄 浄

ジョウ

洗浄 war
せんじょう　vệ sinh, làm sạch

浄化 purification
じょうか　làm sạch

045 浸

浸 浸 | ` 氵 沪 沪 沪 沪 浸

ひた-す　ひた-る　つ-ける　し-みる

浸す soak
ひた　ngâm, nhúng

浸る be soaked in
ひた　bị ngập, bị chìm đắm

浸ける soak
つ　ngâm, ướp

浸みる permeate
し　thấm

シン

浸透 penetration
しんとう　thẩm thấu

046

浪

浪	浪	`ヽ`	`ヽ`	`氵`	`浐`	`浐`	`浐`	`浐`	浪
		浪	浪						

ロウ

浪費　waste
ろうひ　lãng phí

047

淡

淡	淡	`ヽ`	`ヽ`	`氵`	`氵`	`氵`	`沙`	`沙`	`淡`
		沙	沙	淡					

あわ-い

淡い　pale
あわ　nhạt, mỏng manh

タン

冷淡　indifferent　　淡水　fresh water
れいたん　lãnh đạm　　たんすい　nước ngọt

048

涯

涯	涯	`ヽ`	`ヽ`	`氵`	`汇`	`汇`	`沪`	`沪`	`涯`
		涯	涯	涯					

ガイ

生涯　lifetime
しょうがい　đời người, một đời

049

渇 渇

`	`	氵	氵冂	氵冂	氵冂	氵冂
渇	渇	渇				

かわ-く

渇く be thirsty
かわ　khát nước

渇き thirst
かわ　sự khát

カツ

枯渇 drying up
こ かつ　cạn kiệt

050

渓 渓

`	`	氵	氵	氵	氵	氵	氵
渓	渓	渓					

ケイ

雪渓 snowy valley
せっけい　thung lũng tuyết

渓谷 valley
けいこく　khe suối

渓流 mountain stream
けいりゅう　dòng suối

渓間 ravine
けいかん　hẻm núi

---

051 淑

淑 淑

`	`	氵	氵	氵	氵	氵
沫	淑	淑				

しと-やか

淑やか graceful
しと　dịu dàng, nhã nhặn

768 貞

シュク

淑女 gentlewoman
しゅくじょ　quý bà, quý cô

貞淑 chastity
ていしゅく　hiền thục

052

滋 滋

`	⺀	氵	氵	汼	汼	泫	泫
滋	滋	滋	滋				

ジ

滋味 nutriment
じみ (thức ăn) ngon bổ dưỡng

滋養 nourishment
じよう dinh dưỡng

053

湧 湧

`	⺀	氵	汀	汀	涌	涌	涌
涌	涌	湧	湧				

わ-く

湧く well up
わ sôi

湧き起こる well up
わ お nổi lên, phát ra

ユウ

054

渦 渦

`	⺀	氵	汀	沪	沪	沪	沪
沪	渦	渦	渦				

うず

渦 whirlpool
うず xoáy

カ

055 滝

滝 滝 | ` | ⺀ | ⺡ | ⺡ | 汁 | 汁 | 汁 | 浐
浐 浐 浐 滝 滝

たき

滝 waterfall
たき　thác nước

056 溝

溝 溝 | ` | ⺀ | ⺡ | 汁 | 汁 | 泔 | 泔 | 溝
泔 溝 溝 溝 溝

みぞ

溝 groove
みぞ　rãnh

コウ

057 漠

漠 漠 | ` | ⺀ | ⺡ | 汁 | 汁 | 汁 | 泔 | 泔
泔 淎 淎 漠 漠

バク

漠然 vague
ばくぜん　mơ hồ, không rõ ràng

砂漠 desert
さばく　sa mạc

66

| ` | ` | ⺡ | ⺡ | ⺡ | ⺡ | 溜 | 溜 | **058** |

溜 溜

| 溜 | 溜 | 溜 | 溜 | 溜 |

た-める **た-め** **た-まる** **したた-る**

溜まり pile
た　　　　　trữ, chứa

溜め息 sigh
た　いき　　　thở dài

溜める accumulate
た　　　　　tích trữ, dồn lại

溜まる collect
た　　　　　bị ứ lại

リュウ

| ` | ` | ⺡ | ⺡ | ⺡ | ⺡ | ⺡ | 滅 | **059** |

滅 滅

| 滅 | 滅 | 滅 | 滅 | 滅 |

ほろ-ぼす **ほろ-びる**

滅ぼす destroy
ほろ　　　　　tiêu diệt

滅びる go to ruin
ほろ　　　　　bị hủy diệt, bị hủy hoại

196 撲

メツ

全滅 annihilation
ぜんめつ　　　bị hủy hoại hoàn toàn

消滅 extinction
しょうめつ　　tiêu biến

絶滅 extinction
ぜつめつ　　　tuyệt diệt, tuyệt chủng

撲滅 eradication
ぼくめつ　　　hủy diệt, triệt tiêu

滅亡 ruin
めつぼう　　　diệt vong

滅多に rarely
めった　　　　hiếm khi

| ` | ` | ⺡ | ⺡ | ⺡ | ⺡ | ⺡ | 漏 | **060** |

漏 漏

| 漏 | 漏 | 漏 | 漏 | 漏 | 漏 |

も-らす **も-る** **も-れる**

漏らす let leak
も　　　　　làm lộ, làm rò rỉ

漏る leak
も　　　　　rò rỉ

漏れる leak out
も　　　　　lộ, rò rỉ, thiếu sót

漏れ leak
も　　　　　thiếu sót, rò rỉ

ロウ

061 漬 漬

丶	冫	氵	汀	汁	清	清	清
清	清	清	清	清	漬		

つ-ける　つ-かる

漬ける soak
つ　　chấm, ngâm, ướp

062 漂 漂

丶	冫	氵	汀	汗	沪	澚	澚
澚	澚	澚	潭	漂	漂		

ただよ-う

漂う drift
ただよ　nổi, trôi nổi, tỏa ra

ヒョウ

063 漸 漸

丶	冫	氵	汀	汗	沪	渲	渲
渲	淖	淖	漸	漸	漸		

ようや-く

漸く at last
ようや　dần dần, cuối cùng

ゼン

064

潮	潮	丶	氵	氵	氵	汁	沽	泸	沽
		泸	洈	淖	淖	潮	潮	潮	

しお

潮 tide
しお　thủy triều

チョウ

風潮 tendency
ふうちょう　xu hướng, trend

065

潜	潜	丶	氵	氵	氵	氵	汢	汢	汢
		汢	洘	洪	洪	潜	潜	潜	

 ひそ-む

潜る go under
もぐ　ẩn, trốn

セン

潜水 diving
せんすい　lặn

潜入 infiltration
せんにゅう　thâm nhập, lén vào

066

澄	澄	丶	氵	氵	氵	氵	汐	泛	泛
		泛	泛	澄	澄	澄	澄	澄	

す-ます　**す-む**

澄ます make clear
す　làm sạch, làm trong

澄む become clear
す　tự làm sạch, tự làm trong

耳を澄ます listen carefully
みみ　す　lắng tai nghe

チョウ

067 潤

潤 潤

`	`	氵	氵	沪	沪	汩	潤
汩	潤	潤	潤	潤	潤	潤	

うるお-す　うるお-う　うる-む

潤す　moisten
うるお　làm mát

潤う　be moist
うるお　ẩm ướt, dư dả

潤い　moisture
うるお　sự ẩm ướt, sự dư dả

ジュン

利潤　profit
り じゅん　lợi nhuận

068 濁

濁 濁

`	`	氵	氵	沪	沪	沪	濁
沪	濁	濁	濁	濁	濁	濁	

にご-る　にご-す

濁る　become muddy
にご　đục bẩn

ダク

清濁　good and evil
せいだく　thanh đục, thiện ác

069 濡

濡 濡

氵	氵	氵	沪	濡	濡	濡	濡
濡	濡	濡	濡	濡	濡	濡	

ぬ-れる　うるお-う　とどこお-る

濡らす　wet
ぬ　làm ướt

濡れる　get wet
ぬ　ướt

ずぶ濡れ　dripping wet
ぬ　ướt đẫm

ジュ

70

070

濫

濫 濫 | シ | シ | 汁 | 汁 | 沪 | 沪 | 沪 | 沪
沪 | 沪 | 泮 | 泮 | 湴 | 濫 | 濫 | 濫

ラン

氾濫 overflowing
はんらん tràn ngập

濫用 misuse
らんよう lạm dụng

071

瀬

瀬 瀬 | シ | シ | ラ | 戸 | 戸 | 沖 | 沖 | 涑
涑 | 涑 | 瀬 | 瀬 | 瀬 | 瀬 | 瀬 | 瀬

せ

浅瀬 shallows
あさせ chỗ nông

瀬戸物 earthenware
せ と もの đồ gốm sứ

072

凄

凄 凄 | 、 | 冫 | 冫 | 冫 | 戸 | 戸 | 淒 | 淒
凄 | 凄

すご-い

凄い amazing
すご xuất sắc, tuyệt vời

物凄い incredible
ものすご cực kỳ xuất sắc

セイ

073

凝 凝 凝 | 丶 | 冫 | 冫 | 抖 | 抖 | 抖 | 抖 | 抖
凝 | 凝 | 凝 | 凝 | 凝 | 凝 | 凝 | 凝

こ-らす **こ-る**

凝らす devote oneself to something
こ　　　 tập trung

凝る congeal
こ　 chuyên tâm, tỉ mỉ, đau mỏi

凝り性 fastidiousness
こ　しょう tính cầu toàn

ギョウ

074

朴 朴 | 一 | 十 | 才 | 木 | 利 | 朴

ボク

素朴 unsophisticated
そ ぼく　 mộc mạc

075

朽 朽 | 一 | 十 | 才 | 木 | 朽 | 朽

く-ちる

朽ちる decay
く　　　 mục nát, phai mờ

キュウ

老朽化 aging
ろうきゅう か　 hư hỏng, xuống cấp

| | | | | ー | 十 | 才 | 木 | 杧 | 杉 | 杉 | **076** |

杉 杉

すぎ

杉 Japanese cedar
すぎ tuyết tùng

| | | | | ー | 十 | 才 | 木 | 木´ | 枦 | 柩 | 枢 | **077** |

枢 枢

スウ

中枢 center
ちゅうすう trung tâm

| | | | | ー | 十 | 才 | 木 | 木´ | 松 | 松 | 松 | **078** |

松 松

まつ

松 pine tree
まつ cây thông

ショウ

73

Webドリル

001-078

下記ウェブサイトにアクセスして、001 〜 078 の
漢字を復習しましょう。
_{か き}
_{かん じ} _{ふくしゅう}

Access the Website shown below and review kanji 001 to 078.

Hãy kết nối vào trang web sau đây, và luyện tập các chữ Hán có
số từ 001 〜 078.

PC https://www.ask-books.com/jp/jlptkanji/N1/1.html

試験によくでる！

N1漢字
079-156

クイズ

「豚肉」はどう読む？

とりにく　ぶたにく　やぎにく　やきにく

079

枠

枠	枠	一	十	才	木	朾	朾	枠	枠

枠 frame
わく　khung

別枠 additional
べつわく　trường hợp đặc biệt

080

枕

枕	枕	一	十	才	木	朮	朾	枕	枕

枕 pillow
まくら　cái gối

081

架

架	架	フ	カ	加	加	加	架	架	架
架									

か-ける　か-かる

カ

担架 stretcher
たん か　cáng cứu thương

架空 fictitious
か くう　ảo

082

梅	梅	一	十	才	扌	疒	疒	枚	梅
		梅	梅						

うめ

梅 Japanese plum
うめ　mơ

梅干し pickled dried plum
うめ ぼ　quả mơ ngâm

バイ

☆ 梅雨 rainy season
　つ ゆ　mùa mưa

083

桃	桃	一	十	才	朮	机	杉	村	机
		桃	桃						

もも

桃 peach
もも　quả đào

トウ

084

栓

栓	栓	一	十	才	朮	朮	栌	桧	栓
		栓	栓						

セン

栓 plug
せん　nút, nắp

消火栓 fire hydrant
しょう か せん　vòi nước cứu hỏa

085 核

核 核 | 一 十 オ オ オ 杧 杧 杉
核 核

カク

結核 tuberculosis
けっかく bệnh lao

核心 core
かくしん trọng tâm

核 seed
かく hạt nhân

086 桟

桟 桟 | 一 十 オ オ 杙 杙 栈 桟
桟 桟

サン

桟橋 wharf
さんばし bến tàu, cầu tàu

087 栽

栽 栽 | 一 十 土 圭 丰 丰 丰 栽
栽 栽

サイ

盆栽 miniature potted plant
ぼんさい cây cảnh

栽培 cultivation
さいばい trồng trọt

 219 培
502 盆

78

088 梢

一 十 才 木 朴 朴 柿 柿 梢 梢 梢

こずえ かじ

梢 tip of a branch
こずえ ngọn cây

ショウ

089 棟

一 十 才 木 朳 杧 桓 桓 柿 棟 棟 棟

むね むな

別棟 separate building
べつむね tòa nhà riêng biệt

トウ

棟 large building
とう tòa nhà

病棟 hospital ward
びょうとう tòa nhà bệnh viện

090 椅

一 十 才 木 朾 柠 柠 椅 椅 椅 椅 椅

イ

椅子 chair
いす cái ghế

車椅子 wheelchair
くるまいす xe lăn

091

棄

棄	棄	`	一	亠	去	产	卉	卉	杂
		卉	卉	卉	棄	棄			

す-てる

棄てる abandon
す vứt, bỏ

キ

破棄 discarding
は き hủy bỏ

放棄 abandonment
ほう き chối bỏ

廃棄 disposal
はい き vứt bỏ, đổ bỏ

棄権 abstention
き けん từ bỏ

092

概

概	概	一	十	才	木	杁	杁	杁	栶
		根	杝	栶	栶	柳	概		

ガイ

大概 generally
たいがい đại khái

概要 summary
がいよう sơ lược

概説 general statement
がいせつ khái quát

概論 general remarks
がいろん tóm tắt

概略 outline
がいりゃく tóm tắt, sơ lược

093

槽

槽	槽	一	十	才	木	栌	柿	柿	柿
		栦	栦	槽	槽	槽	槽	槽	

ソウ

水槽 water tank
すいそう bể nước

一	十	才	木	术	杧	桂	桂	**094**
桔	桔	桔	桔	桔	槁	樹	樹

ジュ

街路樹 roadside trees
がいろじゅ cây trồng dọc lề đường

樹木 tree
じゅもく cây cối

樹立 establishment
じゅりつ thiết lập

木	木	朾	杧	村	杷	柤	櫩	**095**
棡	欄	欄	欄	欄	欄	欄	欄

ラン

欄 section
らん cột, mục

104 稿

空欄 blank space
くうらん cột trống

投稿欄 reader's column
とうこうらん mục cộng tác, bài từ bạn đọc

ノ	二	千	禾	禾	利	私	秤	**096**
秤	称						

ショウ

名称 name
めいしょう danh xưng, tên gọi

称する take the name of
しょう đặt tên

097

秩	秩	ノ	ニ	千	手	禾	禾	秄	秄
		秩	秩						

チツ

秩序 order
ちつじょ trật tự

098

稀	稀	ノ	ニ	千	手	禾	禾	秄	秒
		秒	秒	稀	稀				

ま-れ　うす-い

稀れ rare
ま hiếm

ケ　キ

稀有 uncommon
け う hy hữu, hiếm có

099 稚

稚	稚	ノ	ニ	千	手	禾	禾	利	秆
		秆	秆	稚	稚	稚			

チ

幼稚 infancy
ようち ấu trĩ, non nớt

幼稚園 kindergarten
よう ち えん mẫu giáo

		一	十	土	声	声	卢	壳	幸	100
	穀 穀	幸	素	索	穀	穀	穀			

コク

穀物 grain
こくもつ ngũ cốc

		ノ	ニ	千	千	禾	禾	禾	和	101
	稲 稲	秆	秆	秆	稻	稻	稲			

いね　いな

稲 rice plant　　稲光 lightning
いね lúa　　いなびかり tia chớp

トウ

		ノ	ニ	千	千	禾	禾	利	禾	102
	穂 穂	秆	稆	稚	稚	穂	穂	穂		

ほ

穂 ear of plant
ほ bông (lúa), mũi nhọn

スイ

83

103 □

稼　稼

´	ニ	千	千	禾	禾'	禾'	秆
秆	秆	秆	秆	秤	稼	稼	

かせ-ぐ

稼ぐ　earn (income)
かせ　　câu (giờ), kiếm

共稼ぎ　dual income
ともかせ　cùng nhau kiếm sống

カ

稼働　operation
かどう　làm việc, vận hành

104 □

稿　稿

´	ニ	千	千	禾	禾'	秆	秆
秆	秆	秆	稿	稿	稿	稿	

コウ

原稿　manuscript
げんこう　bản thảo

投稿　post
とうこう　bài đăng

095 欄

投稿欄　reader's column
とうこうらん　mục cộng tác, bài từ bạn đọc

105 □

稽　稽

´	ニ	千	千	禾	秆	秆'	秤
秤	秤	稽	稽	稽	稽	稽	

ケイ

滑稽　humorous
こっけい　buồn cười

稽古　practice
けいこ　luyện tập

	106
穫 穫	千 千 秂 秄 秄 秄 秄 秄
	秄 秄 秄 秄 稚 稚 稚 穫

カク

収穫 harvest
しゅうかく thu hoạch

	107
釈 釈	´ ⌒ ⌒ 丷 平 乎 釆 釈
	釈 釈 釈

シャク

解釈 explanation
かいしゃく giải nghĩa, giải thích

釈放 release
しゃくほう phóng thích

	108
耗 耗	一 = 三 丰 耒 耒 耒 耒
	耗 耗

モウ コウ

消耗 exhaustion
しょうもう tiêu hao

109 那

那 那 | フ ㄱ ㅋ 月 月゛月ろ 那

ナ

旦那 master
だんな chồng

286 旦

110 邦

邦 邦 | 一 二 三 丰 丰゛丰ろ 邦

ホウ

連邦 commonwealth
れんぽう liên bang

111 邸

邸 邸 | ´ ㄷ ㅌ 氏 氏 氏゛氏ろ 邸

テイ

豪邸 stately mansion
ごうてい biệt thự

邸宅 mansion
ていたく dinh thự

595 豪

112

阻

| 阻 | 阻 | ㇐ | ㇈ | ㇖ | ㇓ | ㇗ | ㇘ | ㇙ | 阻 |

はば-む

阻む prevent
はば　chặn, cản trở

ソ

阻止 obstruction
そ し　ngăn chặn

113

邪

| 邪 | 邪 | 一 | 𠃌 | 匚 | 牙 | 牙 | 牙 | 邪 | 邪 |

ジャ

無邪気 innocent
む じゃ き　ngây thơ, trong trắng

邪魔 obstacle
じゃ ま　quấy rầy, cản trở

459 魔

☆ 風邪 (common) cold
か ぜ　cảm lạnh

114

附

| 附 | 附 | ㇇ | ㇈ | ㇖ | ㇏ | ㇒ | ㇉ | 附 | 附 |

フ

附近 vicinity
ふ きん　vùng lân cận

附属 affiliated (with)
ふ ぞく　phụ thuộc, trực thuộc

115 郡

郡	郡	フ	ヲ	ヨ	尹	尹	君	君	君ラ
		君3	郡						

グン

郡 district
ぐん　huyện

群衆 crowd
ぐんしゅう　quần chúng

大群 large crowd
たいぐん　bầy đàn lớn

116 陥

陥	陥	７	３	ß	ß´	ß″	阽	阽	陥
		陥	陥						

 おちい-る　おとしい-れる

陥る fall into
おちい　rơi vào

カン

欠陥 defect
けっかん　sai sót, thiếu sót

117 陣

陣	陣	７	３	ß	ßー	阡	阵	阵	陣
		陣	陣						

ジン

陣 battle formation
じん　trại (quân đội)

陣地 encampment
じん ち　chỗ dựng trại (quân đội)

118

郷 郷

く	タ	タ	タ7	タ7	タヨ	細	細
細7	細3	郷					

キョウ　ゴウ

故郷　home town
こ きょう　cố hương, quê hương

郷里　birth-place
きょうり　quê hương

郷土　native place
きょうど　địa phương, quê hương

同郷　same town
どうきょう　đồng hương

郷愁　homesickness
きょうしゅう　nỗi nhớ nhà

郷土愛　love for one's hometown
きょう ど あい　tình yêu quê hương

486 愁
509 里

119

陰 陰

7	3	ß	ß'	ß^	ß今	险	陰
陰	陰	陰					

かげ　かげ-る

陰　shadow
かげ　bóng

日陰　shade
ひ かげ　bóng râm

物陰　hiding place
ものかげ　vỏ bọc

お陰　assistance
かげ　nhờ vào

木陰　shade of tree
こ かげ　tán cây, bóng râm

陰口　backbiting
かげぐち　nói sau lưng, nói xấu

イン

陰気　gloomy
いん き　buồn bã, u sầu

120

陳 陳

7	3	ß	ß一	ß一	阽	阿	陌
阿	陳	陳					

チン

陳列　display
ちんれつ　trưng bày

121 陶

陶	陶	⁷	⁳	⻖	⻖ˋ	匃	匃	匃	陶
		陶	陶	陶					

トウ

陶器 pottery
とうき　đồ gốm

陶芸 ceramic art
とうげい　gốm sứ

122 陵

陵	陵	⁷	⁳	⻖	⻖⁻	⻖⁺	阡	阡	阹
		陕	陜	陵					

みささぎ

リョウ

 丘

丘陵 hill
きゅうりょう　đồi núi

123 隊

隊	隊	⁷	⁳	⻖	⻖ˋ	⻖ˋˊ	阵	阵	防
		阼	陜	陜	隊				

タイ

隊 group
たい　đội, nhóm

兵隊 soldier
へいたい　đội quân

軍隊 military
ぐんたい　quân đội

124 随

｀	３	阝	阝’	阝宀	阝宀	阝有	陏
陏	陏	随	随				

ズイ

随時 as needed
ずいじ　bất cứ lúc nào

随分 considerably
ずいぶん　khá, tương đối

随筆 essays
ずいひつ　tùy bút, tiểu luận

125 隙

｀	３	阝	阝¹	阝宀	阝宀	阝小	阼
阼	陷	陷	隙	隙			

すき

隙 gap
すき　khe hở

隙間 opening
すきま　khe hở, thời gian rảnh

ゲキ

126 隔

｀	３	阝	阝ˉ	阝ˉ	阝戸	阝戸	阝戸
阿	阿	隔	隔	隔			

へだ-てる　へだ-たる

隔てる separate
へだ　ngăn cách

隔たる be distant
へだ　cách biệt, khác biệt

カク

遠隔 remote
えんかく　xa cách

隔離 isolation
かくり　cách ly

隔週 every other week
かくしゅう　cách tuần

間隔 interval
かんかく　khoảng cách

隔日 every other day
かくじつ　cách ngày

隔月 every other month
かくげつ　cách tháng

127 □ 粋

粋	粋	丶	丷	丷	半	米	米	米	粋
		粋	粋						

いき

粋 chic
いき　sành điệu, tao nhã

スイ

純粋 pure
じゅんすい　ngây thơ

抜粋 extract
ばっすい　trích đoạn

128 □ 粘

粘	粘	丶	丷	丷	半	米	米	米	粘
		粘	粘	粘					

ねば-る

粘る be sticky
ねば　dính, kiên trì

粘り stickiness
ねば　tính chất dính, sự kiên trì

粘り強い tenacious
ねば　つよ　kiên trì không bỏ cuộc

ネン

129 □ 粗

粗	粗	丶	丷	丷	半	米	米	米	粗
		粗	粗	粗					

あら-い

粗い coarse
あら　thô

粗筋 summary
あらすじ　bản tóm tắt

ソ

粗末 crude
そ まつ　sơ sài, thô kệch

粗大ごみ oversized garbage
そ だい　rác cỡ lớn

130

粧	粧	丶	丷	丷	半	米	米	米'	米
		籵	粐	粧	粧				

ショウ

化粧 cosmetics
け しょう　trang điểm

化粧品 cosmetics
け しょうひん　mỹ phẩm

131

糧	糧	丷	半	米	米	米	籵	粐	粐
		糏	粐	糧	糧	糧	糧	糧	糧

リョウ　ロウ

食糧 food
しょくりょう　lương thực

132

脅	脅	フ	カ	夕	劣	劦	劦	脅	脅
		脅	脅						

おど-す　おど-かす　おびや-かす

脅し threat
おど　sự hăm dọa

脅す threaten
おど　dọa dẫm, đe dọa

脅かす threaten
おびや　đe dọa

キョウ

脅迫 menace
きょうはく　ép buộc, đe dọa

462 迫

133 腐

丶	亠	广	广	广	庁	庌	府
庐	府	腐	腐	腐	腐		

くさ-る　くさ-らす

腐る　rot
くさ　thối, hỏng

フ

豆腐　tofu
とうふ　đậu phụ

腐敗　decomposition
ふはい　hủ bại

134 膚

丶	卜	广	广	户	虍	虍	虐
虐	膚	膚	膚	膚	膚	膚	

フ

皮膚　skin
ひふ　da

皮膚炎　dermatitis
ひふえん　viêm da

135 肝

）	刀	月	月	肝	肝	肝	

きも

カン

肝心　essential
かんじん　quan trọng

肝腎　crucial
かんじん　khẩn yếu

136

肘 肘 | ノ 刀 月 月 月一 肝 肘 |

ひじ

肘 elbow
ひじ khuỷu tay

137

肪 肪 | ノ 刀 月 月 月' 月゙ 肪 肪 |

ボウ

脂肪 fat
し ぼう mỡ

体脂肪 body fat
たい し ぼう mỡ thừa

138

肥 肥 | ノ 刀 月 月 月コ 月コ 月コ 肥 |

こ-える　こえ　こ-やす　こ-やし

肥える grow fat
こ béo, tình

舌が肥える be particular about food
した こ sành ăn

目が肥える be a connoisseur
め こ sành sỏi

ヒ

肥料 fertilizer
ひ りょう phân bón

肥満 corpulence
ひ まん béo phì

95

139 肢

肢 肢

ノ	刀	月	月	尸	肝	胪	肢

シ

選択肢　choices
せんたくし　phương án lựa chọn

168 択

140 股

股 股

ノ	刀	月	月	月'	肵	肜	股

また

股　thigh
また　bẹn, háng

コ

141 肺

肺 肺

ノ	刀	月	月	月'	胪	疒	肺
肺							

ハイ

肺　lung
はい　phổi

肺炎　pneumonia
はいえん　viêm phổi

142

胞 胞 | ノ | 几 | 月 | 月 | 肜 | 肑 | 肑 | 胞
胞 |

ホウ

細胞 cell
さいぼう　té bào

143

胆 胆 | ノ | 几 | 月 | 月 | 肝 | 肌 | 胛 | 胆
胆 |

タン

大胆 daring
だいたん　dũng cảm, gan dạ

落胆 discouragement
らくたん　nhụt chí, chán nản

144

朗 朗 | ˋ | ㄅ | ㄋ | ㅋ | 良 | 良 | 良 | 朗
朗 朗 |

ほが-らか

朗らか cheerful
ほが　rạng rỡ, cởi mở

ロウ

明朗 cheerful
めいろう　vui vẻ, sáng sủa

朗報 good news
ろうほう　tin tốt

朗読 reading aloud
ろうどく　đọc diễn cảm

145 □

脇　脇 | ノ | 刀 | 月 | 月 | 月⁻ | 月ク | 脇 | 脇
脇 | 脇 |

わき

脇　under one's arm
わき　nách

脇役　supporting role
わきやく　vai trò phụ

146 □

胴　胴 | ノ | 刀 | 月 | 月 | 月 | 肌 | 肎 | 胴
胴 | 胴 |

ドウ

胴　trunk
どう　thân thể

胴体　body
どうたい　cơ thể

147 □

脱　脱 | ノ | 刀 | 月 | 月 | 月` | 月´ | 肸´ | 肸
肸 | 肸 | 脱 |

ぬ-ぐ　ぬ-げる

脱ぐ　undress
ぬ　cởi, bỏ

465 逸

ダツ

逸脱　deviation
いつだつ　lệch hướng

脱出　escape
だっしゅつ　thoát khỏi

脱退　withdrawal
だったい　rút lui, từ bỏ

脱線　derailment
だっせん　chệch đường

脱する　escape from
だっ　thoát, vứt

148

脚 脚 ｜ 丿 月 月 脂 肝 胖 脚
肤 胠 脚

あし

キャク キャ

失脚 losing one's position
しっきゃく mất chức

脚色 dramatization
きゃくしょく viết kịch bản, chuyển thể

脚本 script
きゃくほん kịch bản

149

豚 豚 ｜ 丿 月 月 肝 肝 肟 肟
肟 豕 豚

ぶた

豚肉 pork
ぶたにく thịt lợn

豚に真珠 pearls before swine
ぶた しんじゅ làm việc vô ích

257 珠

トン

150

腸 腸 ｜ 丿 月 月 肸 肜 肜 肜
胛 胛 腸 腸 腸

チョウ

腸 intestines
ちょう ruột

胃腸 stomach and intestines
い ちょう dạ dày và ruột, cơ quan tiêu hóa

151 腫

ノ	刀	月	月	脌	肸	肸	肸
胪	肪	腄	腫	腫			

は-れる　は-らす

腫れる swell
は　　　　sưng, phồng

腫れ物 tumor
は　　もの　nhọt

シュ

152 膜

ノ	刀	月	月	脌	肸	膵	膵
膵	膵	膛	膛	膜	膜		

マク

膜 membrane
まく　màng

鼓膜 eardrum
こまく　màng nhĩ

450 鼓

153 膝

ノ	刀	月	月	脌	肤	肸	脒
膝	脐	脐	膝	膝	膝	膝	

ひざ

膝 knee
ひざ　đầu gối

154

膨 膨

)	刀	月	月	𦣝	𦣝	肚	胪
胪	胪	肵	胪	胪	脂	膨	膨

ふく-らむ　ふく-れる

膨らむ expand
ふく　　　làm phồng lên, làm to lên

膨れる swell
ふく　　　phồng lên, to lên

膨らます inflate
ふく　　　thổi phồng, bơm phồng

ボウ

膨脹 expansion
ぼうちょう　sự phồng lên

膨大 huge
ぼうだい　khổng lồ

155

臆 臆

)	刀	月	月'	𦣝	𦣝	𦣝	胪
胪	胪	肵	脂	膌	臆	臆	臆

オク

臆病 cowardly
おくびょう　nhát gan, nhút nhát

156

盲 盲

`	亠	亡	产	宁	育	盲	盲

モウ

盲点 blind spot
もうてん　điểm mù, chỗ hở

Webドリル

079-156

下記ウェブサイトにアクセスして、079 ～ 156 の
漢字（かき）を復習（ふくしゅう）しましょう。

Access the Website shown below and review kanji 079 to 156.

Hãy kết nối vào trang web sau đây, và luyện tập các chữ Hán có
số từ 079 ～ 156.

PC https://www.ask-books.com/jp/jlptkanji/N1/2.html

Smartphone

試験によくでる！

N1漢字

157-234

クイズ

「あこがれる」はどう書く？

憐れる　惜れる　懐れる　憧れる

157 盾

盾	盾	一	厂	厂	严	斤	斥	盾	盾
		盾							

657 矛

たて
盾 shield
たて　cái khiên

ジュン
矛盾 contradiction
む じゅん　mâu thuẫn

158 眉

眉	眉	一	フ	ㅋ	尸	尸	斤	肩	眉
		眉							

まゆ
眉 eyebrow
まゆ　chân mày

眉毛 eyebrow
まゆ げ　lông mày

ビ　ミ

159 眼

眼	眼	I	Π	Ħ	月	目	目ㄱ	目ㄱ	目ㄹ
		明	眼	眼					

め　まなこ
眼鏡 eyeglasses
め がね　kính đeo mắt

245 鏡

ガン　ゲン
近眼 nearsightedness
きん がん　cận thị

着眼 focusing on
ちゃくがん　chú ý, để mắt

眼科 ophthalmology
がん か　khoa mắt

眼球 eyeball
がんきゅう　nhãn cầu

104

160 督

	⌒	⼘	上	扌	⺣	⺣	杊	叔
督 督	叔	桕	督	督	督			

トク

監督 director
かんとく　giám sát

督促 demand
とくそく　đốc thúc

504 監

161 睡

	⼁	⺆	月	月	目	目⌐	盯	盱
睡 睡	盰	盰	眭	睡	睡			

スイ

昏睡 coma
こんすい　hôn mê

睡眠 sleep
すいみん　giấc ngủ

睡眠不足 lack of sleep
すいみん ぶ そく　thiếu ngủ

睡眠時間 hours of sleep
すいみん じ かん　thời gian ngủ

162 瞳

	⼁	⺆	月	目	目⌐	目⌐	盱	盱
瞳 瞳	盱	眝	晴	暗	暗	瞳	瞳	瞳

ひとみ

瞳 pupil (of eye)
ひとみ　đồng tử, con ngươi

799 孔

ドウ

瞳孔 pupil (of eye)
どうこう　đồng tử

105

163 瞬

瞬	瞬	丨	丬	目	目′	目″	目″	目″	目″
		罪	罪	罪	罪	罪	罪	瞬	瞬

またた-く

瞬き blink
また　　chớp mắt

シュン

一瞬　instant
いっしゅん　chốc lát

瞬間　moment
しゅんかん　phút chốc, khoảnh khắc

164 跳

跳	跳	丶	丨	口	甲	甲	足	足	趴
		趴	趴	趴	跳	跳			

は-ねる　**と-ぶ**

跳ねる　jump
は　　　bắn, nhảy

跳ぶ　jump
と　　nhảy lên, bật lên

チョウ

165 践

践	践	丶	丨	口	甲	甲	足	足	践
		践	践	践	践	践			

セン

実践　practice
じっせん　thực tiễn

166

ロ	₹	₹	₹	₹'	₹	₹	₹
跨	跨	跨	踪	踪	蹴	蹴	蹴

け-る
蹴る kick
け　　だá

蹴飛ばす kick away
け と　　đá bay, loại bỏ

シュウ

167

ロ	₹	₹	₹	₹	₹	₹	₹
躍	躍	躍	躍	躍	躍	躍	躍

おど-る
心が躍る be thrilled
こころ おど　　vui mừng

ヤク

活躍 activity
かつやく　　nỗ lực

一躍 suddenly
いちやく　　nổi lên, phất lên

飛躍 making a leap
ひ やく　　tiến xa, nhảy vọt

飛躍的な rapidly
ひ やくてき　　tính nhảy vọt, tính đột phá

168

ー	十	扌	扩	扩	护	択	

タク

採択 selection
さいたく　　chọn ra

選択 choice
せんたく　　chọn lựa

選択肢 choices
せんたくし　　phương án lựa chọn

139 肢

107

169 扶

扶 扶　｜ーｌ 十 扌 扌 抄 扶

フ

扶養 support
ふよう　nuôi dưỡng

170 把

把 把　｜ー 十 扌 扣 扣 把

ハ

大雑把 rough
おおざっぱ　thô thiển, qua loa

把握 understanding
はあく　lĩnh hội, nắm vững

171 拍

拍 拍　｜ー 十 扌 扩 扩 拍 拍

ハク　ヒョウ

拍手 applause
はくしゅ　vỗ tay

拍車をかける spur on
はくしゃ　thúc đẩy sự việc tiến nhanh

| 拓 | 拓 | ‐ | 十 | 扌 | 扩 | 扩 | 扝 | 拓 | 拓 | **172** |

タク

開拓 cultivation
かいたく khai thác

| 拘 | 拘 | ‐ | 十 | 扌 | 扩 | 扚 | 拘 | 拘 | 拘 | **173** |

コウ

拘束 restriction
こうそく câu thúc, giam

| 披 | 披 | ‐ | 十 | 扌 | 扐 | 扩 | 护 | 披 | 披 | **174** |

ヒ

披露 announcement   披露宴 reception
ひ ろう công bố   ひ ろうえん tiệc chiêu đãi

307 露
563 宴

175 ☐

拐 拐 | 一 | ナ | 扌 | ォ | 扩 | 护 | 拐 | 拐

カイ

誘拐 kidnapping
ゆうかい bắt cóc

---

176 ☐

括

括 括 | 一 | ナ | 扌 | 扩 | 托 | 括 | 括 | 括
括 | | | | | | |

カツ

一括 lumping together　　　　括弧 brackets
いっかつ một lần, gộp　　　　かっこ dấu ngoặc đơn

411 弧

---

177 ☐

挑

挑 挑 | 一 | ナ | 扌 | 护 | 护 | 抄 | 挑 | 挑
挑 | | | | | | |

いど-む

挑む challenge
いど thử thách

チョウ

挑戦 challenge
ちょうせん thách thức

挿 178

挿 挿

一 十 扌 扌 扌 扌 扌 挿 挿 挿

さ-す

挿す（さ） insert
gắn, cắm

ソウ

挿入（そうにゅう） insertion
sáp nhập, chèn

挨 179

挨 挨

一 十 扌 扌 扌 扌 扌 扌 挨 挨

アイ

挨拶（あいさつ） greeting
chào hỏi

180 拶

拶 180

拶 拶

一 十 扌 扌 扌 扌 扌 拶 拶

サツ

挨拶（あいさつ） greeting
chào hỏi

179 挨

181 □

控

控 控

一 十 扌 扌' 扌' 扩 扩 控
控 控 控

ひか-える

控える refrain
ひか　　　chờ đợi, kiềm chế, ghi lại

控え室 waiting room
ひか　しつ　phòng chờ

コウ

控除 subtraction
こうじょ　khấu trừ

---

182 □

掛

掛 掛

一 十 扌 扌 扌 扩 扩 扗
挂 掛 掛

か-ける　か-かる　かかり

見掛け outward appearance
み か　　bề ngoài

話し掛ける begin to talk to
はな　か　　bắt chuyện

通り掛かる happen to pass by
とお　か　　đi ngang qua

気掛かり anxiety
き が　　lo lắng

心掛け way of thinking
こころ が　　sẵn sàng, dốc sức

---

183 □

据

据 据

一 十 扌 扩 扩 护 护 挀
挀 据 据

す-える　す-わる

据える place in position
す　　đặt

据え付ける install
す　つ　　lắp đặt, trang bị

184 措

一 十 扌 扩 扩 扩 扩 扩
扩 措 措

ソ

措置 measure
そち biện pháp

185 排

一 十 扌 扌 扌 扌 扌 扌
扌 排 排

ハイ

排出 evacuation
はいしゅつ phát thải, xả thải

排除 exclusion
はいじょ bài trừ, loại bỏ

排水 drainage
はいすい nước thải

186 揚

一 十 扌 扌 扩 扩 扩 扩
扩 揚 揚 揚

あ-げる　あ-がる

揚げる fry
あ chiên, rán

引き揚げる raise
ひ　あ trở về, rút

ヨウ

意気揚々 exultant
いきようよう dương dương tự đắc

187 搭

搭 搭 ｜ 一 十 扌 扩 扩 扩 扩
扻 扻 搭 搭

トウ

搭乗 boarding
とうじょう lên máy bay

搭載 loading
とうさい tích hợp sẵn

188 揃

揃 揃 ｜ 一 十 扌 扩 扩 扩 护
捐 捐 揃 揃

そろ-える　そろ-い　そろ-う

揃える gather
そろ 　tổng hợp, sắp xếp, làm đồng đều

揃い matching items
そろ 　đồng phục, tập hợp đầy đủ

お揃い going together
　　そろ một cặp, đồ đôi

セン

189 揺

揺 揺 ｜ 一 十 扌 扩 扩 扩 护
捽 捽 揺 揺

ゆ-さぶる　ゆ-らぐ　ゆ-れる　ゆ-する　ゆ-る　ゆ-すぶる

揺さぶる shake
ゆ 　rung, lắc

揺らぐ sway
ゆ 　dao động, lung lay

揺れる shake
ゆ 　lung lay, chao đảo

ヨウ

動揺 shaking
どうよう dao động, bất ổn

114

| 揮 | 揮 | 揮 | 一 | 十 | 扌 | 扌 | 扩 | 护 | 护 | 揎 | 190 |
| | | | 捆 | 捍 | 揎 | 揮 | | | | |

キ

指揮 command
し　き　　chi huy

発揮 show
はっき　　phát huy

| 搬 | 搬 | 搬 | 一 | 十 | 扌 | 扌′ | 扩 | 扮 | 扮 | 抈 | 191 |
| | | | 捗 | 拙 | 搬 | 搬 | 搬 | | | |

ハン

運搬 transport
うんぱん　　vận tải

搬送 transportation
はんそう　　chuyên chở

| 摘 | 摘 | 摘 | 一 | 十 | 扌 | 扌′ | 扩 | 扩 | 扩 | 扩 | 192 |
| | | | 拎 | 拎 | 摘 | 摘 | 摘 | 摘 | | |

つ-む

摘む pinch
つ　　hái, nhỏ

テキ

指摘 pointing out
し　てき　　chỉ ra

115

193 撤

撤 撤

| 一 | 十 | 扌 | 扩 | 扩 | 护 | 护 | 扩 |
| 掛 | 捞 | 揹 | 揹 | 揹 | 撤 | 撤 | |

テツ

撤回 withdrawal
てっかい　hủy bỏ, thu hồi

194 撫

撫 撫

| 一 | 十 | 扌 | 扩 | 扩 | 抙 | 抙 | 抙 |
| 抙 | 撫 | 撫 | 撫 | 撫 | 撫 | 撫 | |

な-でる

撫でる stroke
な　xoa, vuốt

ブ　フ

195 撒

撒 撒

| 一 | 十 | 扌 | 扩 | 扩 | 扩 | 押 | 扩 |
| 揹 | 揹 | 揹 | 揹 | 揹 | 撒 | 撒 | |

ま-く

撒く scatter
ま　rắc, rải

サツ　サン

196

撲 撲

一 十 才 扩 扩 扩 扩 扩
扩 扩 扩 扩 撑 撲 撲

ボク

撲滅 eradication
ぼくめつ　hủy diệt, triệt tiêu

059 滅

☆ 相撲 sumo wrestling
　すもう　vật Sumo

197

擦 擦

一 才 扩 扩 扩 扩 扩 扩
扩 扩 扩 按 挼 摔 擦 擦

す-る　す-れる

擦る rub
す　chà, xát

擦れ違い passing each other
す　ちが　đi ngang qua nhau, khác biệt

擦れる rub
す　cọ xát, mài mòn

擦り切れる wear out
す　き　hao mòn

サツ

摩擦 friction
まさつ　ma sát

519 摩

198

炊 炊

丶 丷 少 火 火 炒 炊 炊

た-く

炊く cook
た　nấu cơm

スイ

自炊 cooking for oneself
じすい　tự nấu ăn

炊飯器 rice cooker
すいはんき　nồi cơm điện

炊事 cooking
すいじ　nấu ăn

117

199

煩

煩 煩

| ' | ' | ⺌ | 火 | 火⁻ | 灯 | 灯 | 炉 |
| 炉 | 煩 | 煩 | 煩 | 煩 | | | |

わずら-わす　わずら-う

煩わしい　troublesome
わずら　　　　phiền phức

ハン　ボン

煩雑　complex
はんざつ　bực mình, phiền phức

200

恨

恨 恨

| ' | ' | 忄 | 忄⁻ | 忄⁼ | 忸 | 忺 | 恨 |
| 恨 | | | | | | | |

うら-む　うら-めしい

恨み　resentment　　　　恨む　regret
うら　　mối hận　　　　　うら　hận, căm ghét

コン

201

悟

悟 悟

| ' | ' | 忄 | 忄⁻ | 忄 | 忓 | 恬 | 悟 |
| 悟 | 悟 | | | | | | |

さと-る

悟る　perceive
さと　lĩnh hội, nhận ra

ゴ

覚悟　preparedness
かくご　sẵn sàng, chấp nhận

| | | | ノ | 丶 | 忄 | 忄 | 忄 | 忙 | 忰 | 快 | 202 |
| | | | 忰 | 惨 | 惨 | | | | | | |

惨

みじ-め

惨め wretched
みじ　　khổ sở

サン　ザン

悲惨 disastrous
ひ さん　bi thảm

| | | | ノ | 丶 | 忄 | 忄一 | 忄十 | 忄世 | 惜 | 惜 | 203 |
| | | | 惜 | 惜 | 惜 | | | | | | |

惜

お-しい　お-しむ

惜しい regrettable
お　　đáng tiếc, yêu quý, lãng phí

惜しむ be frugal
お　　tiếc thương, quý trọng, tận dụng

セキ

| | | | ノ | 丶 | 忄 | 忄 | 忄勹 | 忄勹 | 惚 | 惚 | 204 |
| | | | 惚 | 惚 | 惚 | | | | | | |

惚

ほう-ける　ほ-れる　ぼ-ける　とぼ-ける

惚ける grow senile　　　うぬ惚れ being conceited
ほう　giả vờ　　　　　　　　　ぼ　　kiêu ngạo, chảnh

コツ

205

愉 愉 愉

′	″	忄	忄′	忄″	忄″	忄″	恰
恰	恰	愉	愉				

ユ

愉快 pleasant
ゆ かい　hài hước

206

慎 慎 慎

′	″	忄	忄′	忄″	忄″	忄″	慎
慎	慎	慎	慎	慎			

つつし-む

慎む be careful
つつし　cẩn thận

慎み modesty
つつし　sự cẩn thận

282 謹

シン

謹慎 self-restraint
きんしん　quản thúc tại gia

慎重 careful
しんちょう　thận trọng

207

慨 慨 慨

′	″	忄	忄′	忄′	忄′	恨	恨
忄	忄	忄	慨	慨			

ガイ

憤慨 indignation
ふんがい　phẫn uất

感慨無量 deep emotion
かんがい む りょう　cảm xúc dâng trào

210 憤

208

慢 慢 | ｀ ｀ ｀ ｀ ｀ ｀ ｀ ｀ ｀
慢 慢 慢 慢 慢 慢

マン

慢 **怠慢** negligence
たいまん thiếu sót, cẩu thả

483 怠

自慢 pride
じ まん tự hào, kiêu hãnh

我慢 endurance
が まん chịu đựng, nhẫn nại

慢性 chronic
まんせい mãn tính

209

憧 憧 | ｀ ｀ ｀ ｀ ｀ ｀ ｀ ｀ ｀
憧 憧 憧 憧 憧 憧 憧

あこが-れる

憧 **憧れ** admiration
あこが thần tượng

憧れる admire
あこが ngưỡng mộ

ショウ

210

憤 憤 | ｀ ｀ ｀ ｀ ｀ ｀ ｀ ｀ ｀
憤 憤 憤 憤 憤 憤 憤

いきどお-る

憤 **憤る** be angry
いきどお bức xúc, phẫn uất

207 慨

憤り resentment
いきどお sự phẫn uất

フン

憤慨 indignation
ふんがい sự phẫn uất, sự phẫn nộ

211 懐

懐	懐	`	ヽ	忄	忙	忙	忙	忰	忰
		忰	忰	忰	懐	懐	懐	懐	懐

なつ-く　なつ-かしい　ふところ　なつ-かしむ　なつ-ける

懐く become attached (to)
なつ　　trở nên thân thiết

懐かしい nostalgic
なつ　　　hoài niệm

人懐こい friendly
ひとなつ　　thân thiện

懐 bosom
ふところ　túi trong của áo khoác

懐 具合 one's financial standing
ふところ ぐ あい　số tiền đang có

カイ

212 憾

憾	憾	`	ヽ	忄	忄	忙	忏	忨	忨
		恒	憾	憾	憾	憾	憾	憾	憾

カン

遺憾 regrettable
い かん　đáng tiếc

 472 遺

213 巧

巧	巧	¯	T	工	工	巧			

たく-み

巧み skillful
たく　khéo léo

 310 妙

コウ

精巧 delicate
せいこう　tinh xảo

巧妙 ingenious
こうみょう　khéo tay, tinh vi

214 垂

一 二 三 缶 垂 垂 垂 垂

た-れる　た-らす

垂れる droop
た　　trĩu xuống, rủ xuống

スイ

垂直 vertical
すいちょく　vuông góc, thẳng đứng

215 垣

一 十 土 圹 坷 垣 垣 垣

かき

垣根 fence
かきね　hàng rào

216 垢

一 十 土 圹 圹 圻 坼 垢

あか　よご-れる　けが-れる　はじ

垢 dirt
あか　cặn bẩn

コウ　ク

217

執

執	執	一	十	土	幸	寺	立	卒	幸
		彰	執	執					

と-る

シツ　シュウ

固執 sticking to
こしつ 　cố chấp

執着 attachment
しゅうちゃく lưu luyến, tham lam

執筆 writing
しっぴつ chấp bút

218

堀

堀	堀	一	十	土	圹	圹	圹	圻	堀
		垢	堀	堀					

ほり

堀 moat
ほり hào, kênh

219

培

培	培	一	十	土	圹	圹	圹	圹	垃
		坧	培	培					

つちか-う

バイ

087 栽

栽培 cultivation
さいばい trồng trọt

培養 culture
ばいよう bồi dưỡng, nuôi dưỡng

220 堅

㇚	「	丆	戸	臣	臣	臣	臤
臤	臤	堅	堅				

かた-い

堅い　hard
かた　　cứng

口が堅い　tight-lipped
くち　かた　　kín miệng

ケン

堅実　reliable
けんじつ　chắc chắn

221 堤

一	十	土	圹	圯	坦	坦	垾
垾	垾	堤	堤				

つつみ

テイ

堤防　embankment
ていぼう　đê điều

防波堤　breakwater
ぼうはてい　đê chắn sóng

222 堪

一	十	土	扩	扑	坩	坩	垻
堪	堪	堪	堪				

た-える

堪える　endure
た　　chịu đựng

765 忍

タン　カン

堪能　proficient
たんのう　tận hưởng, trải nghiệm, khả năng chịu đựng

堪忍　patience
かんにん　nhẫn nại, chịu đựng

125

223 塀

一	十	土	圵	圹	圹	圹
圹	坸	塀	塀			

ヘイ

塀 fence
へい tường vây

224 墓

一	十	艹	艹	莒	莒	莒
莫	莫	莫	墓	墓		

はか

墓 grave
はか mộ

ボ

墓地 cemetery
ぼ ち nghĩa địa

225 塊

一	十	土	圵	圹	坳	坳
坳	垆	塊	塊	塊		

かたまり

塊 lump
かたまり miếng, cục

カイ

	塾	塾	ヽ	亠	ㅗ	高	亩	亨	亨	亨	226
			享l	孰	孰	孰	塾	塾			

ジュク

塾 cram school
じゅく　lớp học thêm

	墨	墨	ヽ	冂	冂	曰	甲	里	里	227
			黒	黒	黒	黒	墨	墨		

すみ

墨 ink
すみ　mực

- -

ボク

水墨画 India-ink painting
すいぼく が　tranh thủy mạc

	墜	墜	㇇	阝	阝	阝'	阝″	阝″	阝″	228
			阽	隊	隊	隊	墜	墜	墜	

ツイ

墜落 fall
ついらく　rơi từ trên cao

229

壇 壇

一	十	土	圹	圹	圹	圹	圹
圹	圻	壇	圻	壇	壇	壇	壇

ダン　タン

花壇 flower bed
か だん　bồn hoa

仏壇 Buddhist altar
ぶつだん　bàn thờ Phật

230

釜 釜

′	ハ	⺗	父	父	釜	釜	釜
釜	釜						

かま

釜 iron pot
かま　nồi, ấm, lò

231

釣 釣

′	ハ	⼂	牟	牟	牟	牟	金
釟	釣	釣					

つ-る

釣る fish
つ　câu cá

釣り fishing
つ　việc câu cá

246 鐘

釣り合う be in harmony
つ　あ　cân đối

お釣り change (for a purchase)
つ　tiền thối lại

釣鐘 temple bell
つりがね　chuông treo (ở chùa)

チョウ

128

		ノ	ハ	ム	亼	牟	牟	争	金	232
鈴	鈴	鈩	釛	鈴	鈴	鈴				

すず

鈴 bell
すず chuông

レイ　リン

		ノ	ハ	ム	亼	牟	牟	争	金	233
鉢	鉢	金	針	釪	鉢	鉢				

ハチ　ハツ

鉢 bowl
はち chậu

植木鉢 flowerpot
うえ き ばち chậu cây cảnh

		ノ	ハ	ム	亼	牟	牟	争	金	234
鉛	鉛	釛	鉛	鉛	鉛	鉛				

なまり

鉛 lead
なまり chì

エン

鉛筆 pencil
えんぴつ bút chì

129

Webドリル

157-234

下記ウェブサイトにアクセスして、157 〜 234 の
漢字を復習しましょう。
かき
かんじ　ふくしゅう

Access the Website shown below and review kanji 157 to 234.

Hãy kết nối vào trang web sau đây, và luyện tập các chữ Hán có
số từ 157 〜 234.

PC https://www.ask-books.com/jp/jlptkanji/N1/3.html

Smartphone

第1章

試験 によくでる！
しけん

N1漢字
かんじ

235-306

クイズ

「訴える」 はどう読む？

たくわえる　つたえる　うったえる　かなえる

235

銭 銭 | ノ | ハ | ム | 스 | 牟 | 牟 | 舎 | 金
金 | 金' | 金⁼ | 銭 | 銭 | 銭 | |

ぜに

小銭 small change
こぜに tiền lẻ

セン

金銭 money
きんせん tiền bạc

236

銃 銃 | ノ | ハ | ム | 스 | 牟 | 牟 | 舎 | 金
金' | 金宀 | 銃 | 銃 | 銃 | 銃 | |

ジュウ

銃 gun
じゅう súng

拳銃 pistol
けんじゅう súng lục

237

銘 銘 | ノ | ハ | ム | 스 | 牟 | 牟 | 舎 | 金
金' | 釤 | 釤 | 釤 | 銘 | 銘 | |

メイ

感銘 deep impression
かんめい ấn tượng sâu sắc

銘々 each
めいめい mỗi người

238 錯

ノ	个	么	牟	牟	牟	余	金
金	針	針	鈝	鉗	錯	錯	錯

サク

錯誤 mistake
さくご sai lầm

錯覚 optical illusion
さっかく ảo giác

239 錠

ノ	个	么	牟	牟	牟	余	金
金'	金'	鈩	鈩	鉿	鉾	錠	錠

ジョウ

手錠 handcuffs
てじょう còng tay

施錠 locking
せじょう sự khóa, chốt

240 鋼

ノ	个	么	牟	牟	牟	余	金
金	釦	釦	釘	鉚	鋼	鋼	鋼

はがね

鋼 steel
はがね thép

コウ

鉄鋼 iron and steel
てっこう gang thép

241

鍋 鍋

ノ	⸝	⼏	⸜	牟	糸	金	釒
釒冂	釒冂	釒冂	釒冂	鍋	鍋	鍋	鍋

なべ

鍋　saucepan
なべ　nồi

242

鍛 鍛

ノ	⸝	⼏	⸜	牟	糸	金	釒
釒	釒	釬	釬	鈤	釹	鈛	鍛

きた-える

鍛える　train
きた　　rèn, rèn luyện

709 錬

タン

鍛錬　tempering
たんれん　rèn luyện

243

鍵 鍵

ノ	⸝	⼏	⸜	牟	糸	金	釒冂
釒ヨ	釒ヨ	釒ヨ	釒ヨ	鍵	鍵	鍵	鍵

かぎ

鍵　key, lock　　　　鍵穴　keyhole
かぎ　chìa khóa　　かぎあな　lỗ khóa

ケン

244

鎖 鎖 | ノ ヽ ム 乍 糸 金 金' 釷 釷' 釷' 釷 鈢 鎖 鎖 鎖 鎖 鎖

くさり

鎖 chain
くさり cái xích

サ

封鎖 blockade
ふう さ phong tỏa

閉鎖 closing
へい さ phong bế, phong tỏa

245

鏡 鏡 | ノ ヽ ム 乍 金 金' 釷 釷' 釷' 釷' 釷' 鏡 鏡 鏡 鏡 鏡 鏡

かがみ

鏡 mirror
かがみ gương, kính

027 微
159 眼
303 顕

キョウ

顕微鏡 microscope
けん び きょう kính hiển vi

望遠鏡 telescope
ぼうえんきょう kính viễn vọng

☆ 眼鏡 eyeglasses
め がね kính đeo mắt

246

鐘 鐘 | ノ ヘ 乍 金 金' 釷 釷' 釷' 釷' 釷' 鏛 鐘 鐘 鐘 鐘

かね

鐘 bell
かね chuông

231 釣

釣鐘 temple bell
つりがね chuông treo (ở chùa)

ショウ

247 鑑

鑑 鑑 | 釒 釓 釕 釘 鉿 鉝 鉝 鉲 / 鉲 鉲 鉝 鉝 鑑 鑑 鑑 鑑

かんが-みる

カン

印鑑 stamp
いんかん con dấu

鑑定 judgement
かんてい giám định

鑑賞 appreciation (of 〜)
かんしょう tán thưởng, đánh giá cao

年鑑 yearbook
ねんかん niên giám

図鑑 illustrated reference book
ず かん từ điển bằng hình ảnh

芸術鑑賞 art appreciation
げいじゅつかんしょう tán thưởng nghệ thuật

248 砕

砕 砕 | 一 厂 オ 石 石 砕 砕 砕 / 砕

くだ-く くだ-ける

砕く break
くだ đập, phá vỡ, giải quyết

砕ける be broken
くだ bị vỡ

サイ

249 砲

砲 砲 | 一 厂 オ 石 石 砂 砂 砂 / 砲 砲

ホウ

鉄砲 gun
てっぽう khẩu súng

250

碗 碗

一	フ	石	石	石	矿	矿	矿
矿	矿	矿	砂	碗			

ワン

碗 bowl
わん chén, bát

茶碗 rice bowl
ちゃわん bát cơm, chén trà

251

碁 碁

一	十	艹	艹	甘	甘	其	其
其	其	基	碁	碁			

ゴ

碁 go (board game)
ご cờ vây

囲碁 go (board game)
いご cờ vây

碁盤 go board
ごばん bàn cờ vây

505 盤

252

磁 磁

一	フ	石	石	石	矿	矿	磁
磁	磁	磁	磁	磁	磁		

ジ

磁器 porcelain
じき đồ gốm sứ

磁石 magnet
じしゃく nam châm

磁気 magnetism
じき từ tính

253 碑

碑 碑

一 ｒ 亻 石 石 石′ 矿 矿
砷 硝 碑 碑 碑 碑

ヒ

碑 stone monument
ひ bia mộ

石碑 stone monument
せき ひ bia đá

記念碑 commemorative plaque
き ねん ひ bia tưởng niệm

254 礎

礎 礎

一 ｒ 石 石 石′ 石＋ 石＋ 矿
矿艹 石艹 石林 碑 碑 碑 礎 礎

いしずえ

ソ

基礎 foundation
き そ cơ sở

基礎的 fundamental
き そ てき tính cơ sở

255 皇

皇 皇

ノ 亻 ウ 白 白 自 皁 皇
皇

713 后

オウ コウ

天皇 Emperor of Japan
てんのう hoàng đế, thiên hoàng

皇居 imperial residence
こうきょ hoàng cung

皇后 empress
こうごう hoàng hậu

256

班

ー	T	チ	手	王	尹	玎	玔	班
班	班							

ハン

班 squad
はん　đội, nhóm

班長 squad leader
はんちょう　nhóm trưởng, đội trưởng

257

珠

ー	T	チ	手	王	珒	珒	珘
珠	珠						

シュ

真珠 pearl
しんじゅ　ngọc, trân châu

豚に真珠 pearls to a swine
ぶた　しんじゅ　làm việc vô ích

149 豚

258

琴

ー	T	チ	王	王ー	王T	王チ	王王
珡	珡	琴	琴				

こと

琴 Japanese zither
こと　đàn Koto

キン

139

259 只

只只

| ` | 冂 | 口 | 尸 | 只 | | | |

ただ
只 free of charge
ただ chi, miễn phí

シ

260 叱

叱叱

| ` | 冂 | 口 | 叼 | 叱 | | | |

しか-る
叱る scold
しか mắng

シツ

261 呈

呈呈

| ` | 冂 | 口 | 吕 | 早 | 早 | 呈 | |

テイ
進呈 presentation (of a gift)　露呈 exposure
しんてい biểu, tặng　　　　　　ろてい bộc lộ, phơi bày

307 露

140

					262
	ヽ	丨	口	口'	吟 吟 吟

ギン

吟味 close inspection
ぎん み　thử nghiệm, giám định

					263
一	厂	厂	厂	辰 辰 辰 辰
唇 唇				

くちびる

唇 lips
くちびる　môi

シン

				264
ヽ	丨	口	口'	叫 叫' 叫 叫
唯 唯 唯				

ただ

唯 ordinary
ただ　tuy nhiên

ユイ　イ

唯一 only
ゆいいつ　duy nhất

141

265 嘘

嘘 嘘 | ⼁ ⼝ ⼝ ⼝' ⼧ ⼝⼧ ⼝⼧ ⼝⼇
⼝⼇ ⼝⼇ ⼝⼇ ⼝⼇ ⼝⼇ 嘘

うそ ふ-く は-く

嘘 lie
うそ　dối, bịa

嘘つき liar
うそ　kẻ nói dối

キョ

266 訂

訂 訂 | 丶 亠 ⼆ ⾔ ⾔ ⾔ ⾔ ⾔
訂

テイ

改訂 revision
かいてい　đính chính

訂正 correction
ていせい　hiệu đính

267 託

訳 託 | 丶 亠 ⼆ ⾔ ⾔ ⾔ ⾔
訳 託

タク

託す entrust with
たく　ủy thác

委託 entrusting
いたく　sự ủy thác

719 嘱

嘱託 commission
しょくたく　giao phó

268 訴

訴 訴

Stroke order: 丶 亠 亠 亖 言 言 言 言 訂 訢 訴 訴

うった-える

訴える (うった) appeal to / kiện, tố

訴え (うった) lawsuit / việc kiện cáo

ソ

訴訟 (そしょう) litigation / kiện tụng, tố cáo

269 訟

269 訟

訟 訟

Stroke order: 丶 亠 亠 亖 言 言 言 言 訁 訟 訟

ショウ

訴訟 (そしょう) lawsuit / kiện tụng, tố cáo

268 訴

270 詐

詐 詐

Stroke order: 丶 亠 亠 亖 言 言 言 言 訁 訁 詐 詐

サ

詐欺 (さぎ) fraud / lừa đảo

詐欺師 (さぎし) swindler / kẻ lừa đảo

詐欺事件 (さぎじけん) incident of fraud / vụ lừa đảo, việc lừa đảo

271 欺

271

欺欺

一	广	廿	甘	甘	甚	其	其
其	欺	欺	欺				

あざむ-く

欺く deceive
あざむ　lừa, gạt

270 詐

ギ

詐欺 fraud
さ ぎ　lừa đảo

詐欺師 swindler
さ ぎ し　kẻ lừa đảo

詐欺事件 incident of fraud
さ ぎ じ けん　vụ lừa đảo, việc lừa đảo

272

棋棋

一	十	才	木	村	杆	柑	柑
柑	棋	棋	棋				

キ

将棋 shogi (Japanese chess)
しょう ぎ　cờ tướng

273

誉誉

`	`	`	`	兴	兴	兴	兴
兴	誉	誉	誉	誉			

ほ-める　ほま-れ

誉める praise
ほ　khen

ヨ

名誉 honor
めい よ　danh dự

名誉市民 honorary citizen
めい よ し みん　công dân danh dự

274

誠 誠 | ` | ⊃ | ⊇ | ⊇ | 言 | 言 | 訁
訂 訂 試 誠 誠

まこと
誠 truth
まこと　chân thành

セイ

誠実 sincere
せいじつ　thành thật

誠心誠意 in all sincerity
せいしんせいい　toàn tâm toàn ý

誠意 sincerity
せいい　thành ý

不誠実 insincerity
ふせいじつ　không thành thật

275

誇 誇 | ` | ⊃ | ⊇ | ⊇ | 言 | 言 | 言
訝 誇 誇 誇 誇

309 妄

ほこ-る
誇る be proud of
ほこ　tự hào

誇り pride
ほこ　niềm tự hào

コ

誇張 exaggeration
こちょう　khoa trương

誇大妄想 megalomania
こだいもうそう　ảo tưởng quá mức, hoang tưởng

誇大広告 extravagant advertisement
こだいこうこく　quảng cáo quá mức

276

該 該 | ` | ⊃ | ⊇ | ⊇ | 言 | 言 | 言`
訂 訂 診 診 該

ガイ

該当 corresponding to
がいとう　tương ứng, liên quan

該当者 person in question
がいとうしゃ　người có liên quan

277 誓

一	十	扌	扩	打	扩	折	折
折	折	誓	誓	誓	誓		

ちか-う

誓う swear
ちか　　 thề

誓い oath
ちか　 lời thề

セイ

278 諾

、	二	三	言	言	言	言	言
計	評	訝	訝	諾	諾	諾	

ダク

承諾 consent
しょうだく chấp thuận

279 謡

、	二	三	言	言	言	言	言
詺	詺	謡	謡	評	謡	謡	謡

うたい　うた-う

ヨウ

歌謡 song
かよう ca dao, vè, bài hát

童謡 children's song
どうよう đồng dao

民謡 folk song
みんよう dân ca

280

諮 諮

`	⼆	⼆	⾔	⾔	⾔	⾔	⾔
言	訂	詝	諮	諮	諮	諮	諮

はか-る

諮る　consult with
はか　hỏi ý, tham khảo

シ

281

謀 謀

`	⼆	⼆	⾔	⾔	⾔	⾔	⾔
訂	詌	謀	謀	謀	謀	謀	謀

はか-る

ム　ボウ

無謀　reckless
む ぼう　thiếu suy nghĩ, liều lĩnh

282

謹 謹

⼆	⼆	⾔	⾔	⾔	⾔	⾔	謹
謹	謹	謹	謹	謹	謹	謹	謹

つつし-む

謹む　refrain
つつし　hân hạnh, kính

206 慎

キン

謹慎　self restraint
きんしん　quản thúc tại gia

147

283

謎 謎 | ⼀ | ⼀ | ⼀ | ⼀ | ⼀ | ⼀ | ⼀ |
謎 謎 | 謎 | 謎 | 謎 | 謎 | 謎 | 謎 | 謎 |

なぞ

謎 mystery
なぞ　điều bí ẩn

謎々 riddle
なぞなぞ　câu đố

284

謙 謙 | ⼀ | ⼀ | ⼀ | ⼀ | ⼀ | ⼀ | ⼀ |
謙 謙 | 謙 | 謙 | 謙 | 謙 | 謙 | 謙 | 謙 |

ケン

謙虚 humble
けんきょ　khiêm tốn, khiêm nhường

謙遜 modesty
けんそん　khiêm tốn, khiêm nhường

285

譜 譜 | ⼀ | ⼀ | ⼀ | ⼀ | ⼀ | ⼀ | ⼀ |
譜 譜 | 譜 | 譜 | 譜 | 譜 | 譜 | 譜 | 譜 |

フ

楽譜 sheet music
がくふ　bản nhạc, nhạc phổ

286

旦 旦 | 丨 冂 日 日 旦

タン　ダン

一旦 briefly
いったん　một khi, tạm

旦那 husband
だん な　chồng

元旦 New Year's Day
がんたん　nguyên đán, sáng mồng một Tết

109 那

287

旬 旬 | ノ 勹 勺 句 句 旬

ジュン　シュン

上旬 first 10 days of month
じょうじゅん　thượng tuần (10 ngày đầu tháng)

中旬 middle 10 days of a month
ちゅうじゅん　trung tuần (10 ngày giữa tháng)

下旬 last 10 days of a month
げ じゅん　hạ tuần (10 ngày cuối tháng)

初旬 first 10 days of month
しょじゅん　sơ tuần (khoảng 10 ngày đầu tháng)

288

旨 旨 | 一 匕 𠤎 乍 乍 旨

うま-い　むね

旨い delicious
うま　ngon, giỏi

シ

趣旨 aim, purpose
しゅ し　mục đích

主旨 main point
しゅ し　quan điểm

要旨 gist
よう し　điểm cốt yếu

149

289

昆

昆 昆

| ノ | 口 | 日 | 日 | 目 | 日 | 昆 | 昆 |

コン

昆虫 insect
こんちゅう côn trùng

290

是

是 是
是

| ノ | 口 | 日 | 日 | 旦 | 早 | 早 | 昰 |

ゼ

是正 correction
ぜ せい chỉnh đốn

是非とも by all means
ぜ ひ nhất định bằng mọi cách

是非 certainly
ぜ ひ nhất định

291

冒

冒 冒
冒

| ノ | 口 | 円 | 日 | 尸 | 月 | 月 | 冒 |

おか-す

冒す risk
おか đương đầu, mạo phạm

ボウ

冒頭 beginning
ぼうとう mở đầu

冒険 adventure
ぼうけん mạo hiểm

292

丶	冂	月	日	日	日	日	日
晶	晶	晶	晶				

晶 晶

ショウ

結晶 crystallization
けっしょう kết tinh

293

一	厂	厂	厉	厉	厈	厤	厤
厤	厤	厤	暦	暦	暦		

暦 暦

こよみ

暦 calendar
こよみ lịch

474 還

レキ

還暦 60th birthday　　　西暦 Common Era
かんれき sinh nhật 60 tuổi　せいれき dương lịch

294

一	厂	丂	両	亘	亘	車	車
軒	軒	斬	斬	暫	暫	暫	

暫 暫

しばら-く

暫く for a moment
しばら nhanh chóng, chốc lát

ザン

暫定 provisional
ざんてい tạm thời

151

295 甚

		一	十	廿	甘	甘	甚	萁	甚
	甚 甚	甚							

はなは-だ　はなは-だしい

甚だ　greatly
はなは　cực kì

甚だしい　extreme
はなは　cực kì, kinh khủng

ジン

296 既

		⁊	⁊	⁊	月	艮	厈	厈	既
	既 既	既	既						

すで-に

既に　already
すで　đã, muộn

キ

既婚　married
き こん　đã kết hôn

297 項

		一	丁	工	工	巧	巧	項	項
	項 項	項	項	項	項				

コウ

事項　matter
じ こう　điều khoản

項目　item
こうもく　hạng mục, điều khoản

298

賊 賊 | 丨 冂 冂 月 目 貝 則
則 貯 賊 賊 賊

ゾク

海賊　pirate
かいぞく　hải tặc

海賊版　pirated version
かいぞくばん　bản copy lậu

299

賜 賜 | 丨 冂 冂 月 目 貝 則
則 則 則 則 賜 賜 賜

たまわ-る

賜る　be granted
たまわ　ban thưởng

シ

300

頬 頬 | 一 厂 厂 瓦 夹 夹 夾
頬 頬 頬 頬 頬 頬 頬

ほお

頬　cheek
ほお　má

301 賭

賭 賭

｜	Π	月	月	目	貝	貝
貝十	貝卜	貝耂	貝者	財	賭	賭	賭

かけ　か-ける

賭 gamble
かけ　　sự đánh bạc, sự đánh cược

賭ける gamble
か　　　cá cược

ト

302 頻

頻 頻

｜	ト	｜ト	止	牛	牛	朱	歩
步	步	頻	頻	頻	頻	頻	頻

ヒン

頻繁 frequent
ひんぱん　tấp nập

頻度 frequency
ひん ど　　tần suất

 繁

303 顕

顕 顕

｜	Π	日	日	巨	昌	昌	昌
显	显	显	顕	顕	顕	顕	顕

ケン

顕微鏡 microscope
けん び きょう　kính hiển vi

顕著 remarkable
けんちょ　　nổi bật

 微
245 鏡

304

顧

顧 顧 | 一 一 ヨ 尸 尸 尸 尸 尸
屏 屏 雇 雇 雇 顧 顧 顧

かえり-みる

顧みる look back on
かえり nhớ lại, hồi tưởng

コ

回顧 reminiscing
かい こ hồi tưởng

305

霊

霊 霊 | 一 一 尸 雨 雨 雨 雨 雨
雫 雪 雫 霏 霏 霊 霊

たま

レイ リョウ

628 幽

幽霊 ghost
ゆうれい ma quỷ

亡霊 departed spirit
ぼうれい vong linh

306

霧

霧 霧 | 一 一 尸 雨 雨 雨 雨 雨
雫 雫 雫 霏 霏 霧 霧 霧

きり

霧 fog
きり sương mù

ム

Webドリル

235-306

下記（かき）ウェブサイトにアクセスして、235〜306の
漢字（かんじ）を復習（ふくしゅう）しましょう。

Access the Website shown below and review kanji 235 to 306.

Hãy kết nối vào trang web sau đây, và luyện tập các chữ Hán có
số từ 235 〜 306.

PC https://www.ask-books.com/jp/jlptkanji/N1/4.html

試験によくでる！

N1漢字

307-378

クイズ

「うれしい」はどう書く？

嬉しい　愛しい　幸しい　寂しい

307

露 露

一	丙	乖	乖	雨	雨	雨
雫	雫	雫	雫	露	露	露	露

つゆ

露 dew
つゆ sương mù

174 披
261 呈
563 宴

ロ ロウ

暴露 disclosure
ばくろ vạch trần, phơi bày

披露宴 banquet
ひろうえん tiệc chiêu đãi

露出 exposure
ろしゅつ lộ ra

披露 announcement
ひろう công bố

露骨 unconcealed
ろこつ trắng trợn

露呈 exposure
ろてい phơi bày, bộc lộ

308

如 如

| く | タ | 女 | 如 | 如 | 如 | | |

ジョ ニョ

欠如 lack
けつじょ thiếu, không đủ

突如 suddenly
とつじょ đột nhiên

309

妄 妄

| ﾉ | 亠 | 亡 | 妄 | 妄 | 妄 | | |

モウ ボウ

妄想 delusion
もうそう ảo tưởng

誇大妄想 megalomania
こだいもうそう ảo tưởng quá mức, hoang tưởng

275 誇

158

妙 妙 | く | ㇒ | 女 | 女' | 女' | 女' | 妙 | | **310**

ミョウ

妙 strange
みょう　lạ thường

027 微

213 巧

513 奇

奇妙 strange
き みょう　kì dị

巧妙 ingenious
こうみょう　khéo léo

微妙 subtle
び みょう　không rõ ràng, nửa vời

妥 妥 | ㇒ | ㇒ | ㇒ | ㇰ | 妥 | 妥 | 妥 | | **311**

ダ

妥協 compromise
だ きょう　thỏa hiệp

妥当 valid
だ とう　hợp lý

妥結 settlement
だ けつ　đi đến thỏa thuận

妊 妊 | く | ㇒ | 女 | 女' | 女- | 妊 | 妊 | | **312**

ニン

妊娠 pregnancy
にんしん　mang thai

313 娠

妊婦 pregnant woman
にん ぷ　bà bầu

159

313 娠

く	女	女	女'	女辰	妤	妒	娠
娠	娠						

シン

妊娠 pregnancy
にんしん　mang thai

312 妊

314 妨

く	女	女	女'	女'	妨	妨

さまた-げる

妨げる disturb
さまた　cản trở

ボウ

妨害 disturbance
ぼうがい　phương hại, cản trở

安眠妨害 disturbance of sleep
あんみんぼうがい　cản trở giấc ngủ

妨害電波 radio interference
ぼうがいでんぱ　sóng (điện thoại, TV, v.v) bị nhiễu

315 威

)	厂	厂	反	反	反	威	威
威							

イ

権威 authority
けんい　quyền lực

威力 influence
いりょく　uy lực

威張る put on airs
いば　kiêu căng

316

一	亠	亠	吂	甫	虍	吏	衷
衷							

チュウ

折衷 compromise
せっちゅう　giao thoa, pha trộn

和洋折衷 blending of Japanese and Western styles
わ ようせっちゅう　sự giao thoa giữa Nhật và phương Tây

317

く	夂	女	女'	女⌐	娰	娯	娯
娯	娯						

ゴ

娯楽 amusement
ご らく　giải trí

318

く	夂	女	女'	女⌐	女⌐	女⌐	娰
娰	婿	婿	婿				

むこ

婿 son-in-law
むこ　con rể

花婿 bridegroom
はなむこ　chú rể

セイ

319 嫁

| く | タ | 女 | 女' | 女' | 妒 | 妒 | 妒 |
| 妒 | 妗 | 嫁 | 嫁 | 嫁 | | | |

よめ　とつ-ぐ

嫁 bride
よめ　con dâu

花嫁 bride
はなよめ　cô dâu

カ

320 嬉

| く | タ | 女 | 女ー | 妌 | 妌 | 妌 | 妌 |
| 妌 | 婞 | 婞 | 婞 | 婞 | 嬉 | 嬉 | |

うれ-しい　たの-しむ　あそ-ぶ

嬉しい happy
うれ　thích, vui

キ

321 嬢

| く | タ | 女 | 女' | 妌 | 妌 | 妌 | 妒 |
| 妒 | 妒 | 婶 | 嬅 | 嬢 | 嬢 | 嬢 | 嬢 |

ジョウ

嬢 unmarried woman
じょう　cô gái

お嬢様 madam
じょうさま　tiểu thư

お嬢さん young lady
じょう　con gái (cách gọi lịch sự)

| | | | ' | 一 | 广 | 亡 | 主 | 声 | 声 | 声 | **322** |

衰衰 | 声 衰

おとろ-える

衰える become weak
おとろ　　　yếu đi

スイ

老衰 senility
ろうすい　già yếu

| | | | 一 | フ | カ | 歹 | 列 | 列 | 列 | 列 | **323** |

裂裂 | 裂 裂 裂 裂

さ-く　さ-ける

裂く tear　　　　　裂ける be torn
さ　 xé, chia cách　　さ　 bị xé, bị chia cách

レツ

破裂 rupture　　　　分裂 split
は れつ　bể, vỡ, nổ　　ぶんれつ　rạn nứt, phân rã

| | | | ' | 一 | 广 | 产 | 疒 | 疒 | 疒 | 疸 | **324** |

褒褒 | 疸 疸 褒 褒 褒 褒 褒

ほ-める

褒める praise
ほ　　　khen

ホウ

褒美 reward
ほう び　phần thưởng

325 襲

襲 襲 | 亠 | 亠 | 宀 | 立 | 产 | 产 | 产 | 青 |
| 青 | 青 | 青 | 龍 | 龍 | 龍 | 龍 | 襲 |

おそ-う

襲う attack
おそ　　　 tập kích

518 撃

シュウ

襲撃 attack
しゅうげき　 tập kích, tấn công

326 禅

禅 禅 | ` | ｽ | ﾈ | ﾈ | ﾈ | ﾈ | ﾈ | ﾈ |
| 袒 | 袒 | 裆 | 禅 | 禅 | | | |

ゼン

禅 Zen (Buddhism)
ぜん　 thiền

座禅 seated meditation
ざ ぜん　 ngồi thiền

327 裕

裕 裕 | ` | ｽ | ﾈ | ﾈ | ﾈ | ﾈ | ﾈ | ﾈ |
| 衫 | 衫 | 裕 | 裕 | | | | |

ユウ

余裕 surplus
よ ゆう　 dư dả, thoải mái

裕福 wealthy
ゆうふく　 giàu có

328

裸	裸	`	ラ	ネ	ネ	ネ	ネ	初	初
		初	袒	裡	裡	裸			

はだか

裸 naked
はだか trần trụi

ラ

☆ 裸足 barefoot
はだし chân đất

329

裾	裾	`	ラ	ネ	ネ	ネ	ネ	初
		初	初	袒	裾	裾		

すそ

裾 hem
すそ tà áo, gấu quần

330

襟	襟	`	ネ	ネ	ネ	衤	衤	衤	衤
		衤	衤	襟	襟	襟	襟	襟	

えり

襟 collar
えり cổ áo

キン

331

狂

| 狂 | 狂 | ノ | ⺌ | 犭 | 犭 | 犷 | 犴 | 狂 | |

くる-う　くる-おしい

狂う　lose one's mind
くる　　điên, khùng

キョウ

熱狂　being crazy about
ねっきょう　cuồng nhiệt

332

狙

| 狙 | 狙 | ノ | ⺌ | 犭 | 犭 | 犯 | 犯 | 狙 | 狙 |

ねら-う

狙う　aim at　　　狙い　aim
ねら　　nhắm tới　　ねら　　mục tiêu

ソ

333

狩

| 狩 | 狩 | ノ | ⺌ | 犭 | 犭 | 犳 | 犷 | 狩 | |
| 狩 | | | | | | | | | |

か-り　か-る

狩り　hunting
か　　hái, lượm

シュ

334

猛	猛	ノ	ブ	犭	犭′	犭了	犭孑	犭予	猛
		猛	猛	猛					

モウ

猛烈 intense
もうれつ　mãnh liệt

猛暑日 extremely hot day
もうしょび　ngày cực nóng

478 烈

335

猶	猶	ノ	ブ	犭	犭′	犭″	犭⺌	犭⺌	犭尚
		犭尚	犭尚	猶	猶				

ユウ

猶予 postponement
ゆうよ　sự hoãn lại

336

猿	猿	ノ	ブ	犭	犭一	犭十	犭圭	犭圭	犭圭
		犭㇒	犭㇒	犭㇒	犭㇒	猿			

さる

猿 monkey
さる　khỉ

猿も木から落ちる pride comes before a fall
さる　き　お　khỉ cũng ngã cây, nhân vô thập toàn

エン

犬猿の仲 fighting like cats and dogs
けんえん　なか　ghét nhau như chó với mèo

337

獄	獄	´	⺨	⺨	⺨	⺨	⺨	⺨
		獄	獄	獄	獄	獄	獄	

ゴク

地獄　hell
じ ごく　địa ngục

338

獲	獲	´	⺨	⺨	⺨	⺨	⺨	⺨
		獲	獲	獲	獲	獲	獲	獲

え-る

獲物　prey
え もの　thành quả đi săn

カク

捕獲　capture
ほ かく　bắt được

獲得　acquisition
かくとく　gặt hái được

339

牧	牧	´	⺧	⺧	牛	牛	牜	牧

まき

ボク

遊牧　nomadism
ゆうぼく　du mục

牧場　farm
ぼくじょう　trang trại chăn nuôi

牧師　pastor
ぼくし　mục sư

牧畜　livestock farming
ぼくちく　chăn nuôi

340

犠 犠 | ノ 十 牛 牛 牜 牜 牜 牜
牜 牜 牜 犠 犠 犠 犠 犠

ギ

犠牲 sacrifice
ぎ せい hy sinh

犠牲者 victim
ぎ せいしゃ nạn nhân, người chết

犠牲的な self-sacrificing
ぎ せいてき tính hy sinh

341 牲

牲 牲 | ノ ヒ 十 牛 牛 牜 牜 牲
牲

341

セイ

犠牲 sacrifice
ぎ せい hy sinh

犠牲者 victim
ぎ せいしゃ nạn nhân, người chết

犠牲的な self-sacrificing
ぎ せいてき tính hy sinh

340 犠

殆 殆 | 一 ア 歹 歹 歹 殆 殆 殆
殆

342

ほとん-ど あや-うい ほとほと

殆ど mostly
ほとん hầu hết

タイ

343

殊 殊

一	ア	ア	歹	歹	矿	殊	殊
殊	殊						

こと

殊に　especially
こと　　　đặc biệt là

シュ

特殊　special
とくしゅ　đặc thù, đặc biệt

344

殖 殖

一	ア	ア	歹	歹	歹	矿	殆
殆	殖	殖	殖				

ふ-やす　ふ-える

殖やす　increase
ふ　　　làm tăng lên

殖える　increase
ふ　　　tăng lên

399 繁

ショク

繁殖　breeding
はんしょく　sinh sôi

増殖　propagation
ぞうしょく　tăng trưởng

345

敏 敏

ノ	ト	匕	歹	缶	毎	毎	敏
敏	敏						

ビン

敏感　sensitive
びんかん　mẫn cảm, nhạy cảm

俊敏　quick-witted and agile
しゅんびん　thông minh, nhanh nhạy

665 俊

346

敢

敢 敢

| 一 | 一 | T | 干 | 干 | 干 | 严 | 百 |
| 百 | 亩 | 亩 | 敢 | | | | |

あ-えて

敢えて　purposely
あ　　　mạnh dạn

カン

勇敢　heroic
ゆうかん　dũng cảm

347

敷

敷 敷

| 一 | 「 | 币 | 百 | 甫 | 甫 | 甫 | 甫 |
| 甫 | 曳 | 尃 | 尃 | 敷 | 敷 | 敷 | |

526 呂

し-く

敷く　spread out
し　　trải, lát

座敷　tatami mat room
ざしき　phòng khách kiểu Nhật

風呂敷　wrapping cloth
ふろしき　khăn gói đồ

屋敷　estate
やしき　lâu đài, biệt thự

敷地　site
しきち　khu đất

敷金　security deposit
しききん　tiền cọc

フ

348

馳

馳 馳

| l | 「 | Г | F | F | 馬 | 馬 | 馬 |
| 馬 | 馬 | 馬 | 馳 | 馳 | | | |

は-せる

チ　ジ

御馳走　feast
ごちそう　chiêu đãi

349

駆 駆 | 丨 | 厂 | 冂 | 斤 | 斤 | 馬 | 馬 | 馬
馬 | 馬 | 馬一 | 馬丁 | 馭又 | 駆

か-ける **か-る**

駆ける dash
か chạy nhanh

駆け足 running fast
か あし nhanh, vội

駆け引き bargaining
か ひ mặc cả, thương lượng, sách lược

763 逐

ク

駆使 using freely
く し tận dụng

駆除 extermination
く じょ tiêu diệt, triệt tiêu

駆逐 extermination
く ちく xua đuổi, truy đuổi

350

駄 駄 | 丨 | 厂 | 冂 | 斤 | 斤 | 馬 | 馬 | 馬
馬 | 馬 | 馬一 | 駄丁 | 馱又 | 駄

ダ

無駄 waste
む だ vô ích

無駄遣い squandering
む だ つか lãng phí

下駄 Japanese wooden clogs
げ た guốc Geta

駄作 poor piece of work
だ さく đồ bỏ đi

471 遣

駄目 no good
だ め vô dụng, không tốt, không được

351

騰 騰 | 丿 | 月 | 月' | 月' | 月 | 胪 | 胪 | 胖
胖 | 胖 | 胖 | 胖 | 腾 | 騰 | 騰 | 騰

トウ

沸騰 boiling
ふっとう sôi sục

高騰 sudden price jump
こうとう tăng vọt, leo thang

		ノ	ク	ク	夕	缶	缶	缶	魚	**352**
鯨	鯨	魚'	鮃	鮃	鮃	鮄	鮄	鯨		

くじら

鯨 whale
くじら cá voi

ゲイ

捕鯨 whaling
ほ げい đánh bắt cá voi

		一	厂	厂	亘	亘	車	軋	**353**
軌	軌	軌							

キ

軌道 orbit
き どう quĩ đạo

		`	`	`	业	光	光	光	**354**
輝	輝	光	光	煝	煝	煝	煇	輝	

かがや-く

輝く shine
かがや tỏa sáng, chiếu lấp lánh

キ

355 酔

酔 酔

一	厂	币	丙	酉	酉	酉'
酔	酔	酔				

よ-う

酔う become intoxicated
よ　say

酔っ払い drunkard
よ　ばら　người say rượu

596 麻

スイ

麻酔 anesthesia
ますい　thuốc mê, sự mê

356 酢

酢 酢

一	厂	币	丙	酉	酉	酉'
酢	酢	酢	酢			

す

酢 vinegar
す　giấm

サク

357 酬

酬 酬

一	厂	币	丙	酉	酉	酉
酬	酬	酬	酬	酬		

シュウ

報酬 remuneration
ほうしゅう　thù lao, tiền công

		一	厂	厂	厉	西	西	酉	酉'	**358**
		酉/	酉今	酉今	酪	酪				

酪 酪

ラク

酪農 dairy farming
らくのう nuôi bò sữa

		一	厂	厂	厉	西	西	酉	酉'	**359**
		酉一	酉十	酉牛	酉牛	酷	酷			

酷 酷

コク

残酷 cruel
ざんこく tàn khốc

過酷 severe
か こく khắc nghiệt

冷酷 cruelty
れいこく lạnh lùng, tàn nhẫn

		一	厂	厂	厉	西	西	酉	酉一	**360**
		酉十	酉士	酉产	酉产	酵	酵			

酵 酵

コウ

発酵 fermentation
はっこう lên men

酵母 yeast
こう ぼ nấm men

酵素 enzyme
こうそ khuẩn, men

361

酸酸

一	厂	币	西	西	酉	酉'
酉ケ	酉ケ	酉ヶ	酸	酸	酸	

す-い

酸っぱい sour
す　　　　chua

711 硫

サン

酸 acid
さん　axít

酸性 acidity
さんせい　tính axít

硫酸 sulfuric acid
りゅうさん　axít sulfuric

酸化 oxidation
さん か　ôxy hóa

酸素 oxygen
さん そ　ôxy

362

醜醜

一	厂	币	西	酉	酉'	酉'
酉ク	酉口	酉臾	酉臾	酉鬼	醜	醜

みにく-い

醜い unattractive
みにく　xấu xí, khó coi

シュウ

363

醤醤

丨	丬	扌	护	扩	护	护	护
将	将	醤	醤	醤	醤	醤	醤

ひしお　ししびしお

ショウ

醤油 soy sauce
しょう ゆ　xì dầu

176

364 飢

ノ	入	ㇺ	今	今	今	食	食
飠	飢						

う-える

飢える starve
う　　đói, thèm, khao khát

飢え hunger
う　　sự đói

365 餓

キ

飢饉 famine
き きん　nạn đói

飢餓 starvation
き が　nạn đói

365 餓

ノ	入	ㇺ	今	今	今	食	食
飠	飠	飠	飠	飰	餓	餓	

ガ

飢餓 starvation
き が　nạn đói

364 飢

366 飾

ノ	入	ㇺ	今	今	今	食	食
飠	飠	飾	飾	飾			

かざ-る

飾る decorate
かざ　tô điểm, trang trí

着飾る dress up
き かざ　diện, làm đẹp

飾り decoration
かざ　đồ trang trí

首飾り necklace
く びかざ　dây chuyền

ショク

修飾 ornamentation
しゅうしょく　tô điểm, trang điểm

装飾 decoration
そうしょく　trang sức, phụ kiện

177

367 飽

ノ	人	ケ	今	今	弇	食	食
飠	飠	飣	飰	飽			

あ-きる **あ-かす**

飽きる get tired of
あ　　　chán, ngán

飽くまで to the end
あ　　　cùng lắm là, cho đến cuối cùng

ホウ

飽和 saturation
ほう わ　bão hòa

368 飼

ノ	人	ケ	今	今	弇	食	食
飣	飣	飼	飼	飼			

か-う

飼う keep (a pet)
か　　nuôi

飼い主 (pet) owner
か　ぬし　người nuôi, chủ nuôi (động vật)

シ

飼育 raising
し いく　nuôi dưỡng

369 餌

ノ	人	ケ	今	今	弇	食	食
飤	飠	飦	飦	餌	餌		

えさ　え

餌 (animal) feed
えさ　mồi, thức ăn (cho động vật)

ジ

※「餌」と書かれる場合があります。

									370
岐 岐		丨	屮	山	屵	屵	峙	岐	

キ

多岐 digression
たき　nhiều hướng

									371
岬 岬		丨	屮	山	山	屵	岬	岬	岬

みさき

岬 cape (on coast)
みさき　mũi đất

									372
岳 岳		ノ	ィ	ヶ	乒	丘	乒	岳	岳

たけ
....
ガク

山岳 mountains
さんがく　vùng đồi núi

179

373

峠 峠

⼁	⼭	山	山⼁	山⼂	峠	峠	峠
峠							

とうげ

峠 (mountain) pass
とうげ　đèo

374

峡 峡

⼁	⼭	山	山⼀	山⼂	山⼂	山⼆	峡
峡							

キョウ

海峡 channel
かいきょう　eo biển

375

峰 峰

⼁	⼭	山	山⼂	山⼂	峰	峰	峰
峰	峰						

みね

峰 summit
みね　đỉnh, chóp

ホウ

崇 崇	`ヽ`	`ソ`	`屮`	`屮`	`屮`	`严`	`崇`	**376**
崈 崇 崇								

スウ

崇拝 worship
すうはい　sùng bái

崇高 sublime
すうこう　tối cao, cao nhất

崩 崩	`ヽ`	`ソ`	`屮`	`广`	`厈`	`厈`	`肖`	**377**
崩 崩 崩								

くず-す　くず-れる

崩す destroy
くず　phá, kéo đổ, đổi

崩れる collapse
くず　đổ, sụp

ホウ

崩壊 collapse
ほうかい　sụp đổ

☆ 雪崩 avalanche
　なだれ　tuyết lở

崖 崖	`ヽ`	`ソ`	`屮`	`屵`	`户`	`户`	`岸`	**378**
崖 崖 崖								

がけ

崖 cliff
がけ　vách đá

ガイ

181

Webドリル

307-378

下記ウェブサイトにアクセスして、307 〜 378 の
漢字を復習しましょう。
<ruby>下記<rt>かき</rt></ruby>
<ruby>漢字<rt>かんじ</rt></ruby> <ruby>復習<rt>ふくしゅう</rt></ruby>

Access the Website shown below and review kanji 307 to 378.

Hãy kết nối vào trang web sau đây, và luyện tập các chữ Hán có
số từ 307 〜 378.

PC https://www.ask-books.com/jp/jlptkanji/N1/5.html

Smartphone

試験によくでる！

N1漢字

379-450

クイズ

「繊細」はどう読む？

しょうさい　びさい　せんさい　ささい

379 嵐

嵐 嵐

`	⟍	屵	广	屵	屵	屵	嵐
嵐	嵐	嵐	嵐				

あらし

嵐 storm
あらし cơn bão

380 紀

紀 紀

⟨	⼂	⼗	糸	糸	糸	糸	紀
紀							

キ

世紀 century
せいき thế kỉ

381 紛

紛 紛

⟨	⼂	⼗	糸	糸	糸	糸	紛
紛	紛						

まぎ-れる まぎ-らわしい まぎ-らわす まぎ-らす

紛れる be lost in
まぎ bị phân tâm

紛らわしい easily mistaken
まぎ gây hiểu nhầm

気紛れ whim
きまぐ tính khí thất thường

フン

紛失 loss
ふんしつ đánh mất

国際紛争 international dispute
こくさいふんそう tranh chấp quốc tế

紛争 dispute
ふんそう tranh chấp

紛糾 complication
ふんきゅう hỗn loạn, rắc rối

746 糾

184

382 紡

	く	ㄥ	ㄠ	纟	糸	糸	糸`	紵
紡 紡	紵	紡						

つむ-ぐ

紡ぐ spin (yarn; a tale)
つむ dệt, kéo sợi

ボウ

紡績 spinning (textiles)
ぼうせき dệt may

383 索

	一	十	十	冘	索	空	玄	卒
索 索	索	索						

サク

捜索 search
そうさく tìm kiếm, điều tra

探索 search
たんさく tìm kiếm, điều tra

模索 fumbling around (for)
もさく tìm kiếm thăm dò

索引 index (in a book)
さくいん mục lục

384 紐

	く	ㄥ	ㄠ	纟	糸	糸	紅	紐
紐 紐	紐	紐						

ひも

紐 cord
ひも dây

チュウ ジュウ

385

紳	紳	ⸯ	乄	幺	纟	糹	糸	糽	紀
糿	絅	紳							

シン

紳士 gentleman
しんし　quý ông

紳士服 menswear
しんしふく　quần áo nam

386

紺	紺	ⸯ	乄	幺	纟	糹	糸	糹	紀
糿	紺	紺							

コン

紺 deep blue
こん　xanh thẳm

紺色 deep blue color
こんいろ　màu xanh thẳm

387

紫

紫	紫	⼁	⼘	⽌	此	此ˊ	此	紫	
紫	紫	紫	紫						

むらさき

紫 purple
むらさき　tím

紫色 purple color
むらさきいろ　màu tím

シ

紫外線 ultraviolet rays
しがいせん　tia tử ngoại

絞	絞	絞	く	乡	幺	糸	糸	糸	糸	紋	**388**
			紋	紋	紗	絞					

しぼ-る　し-める　し-まる

絞る　squeeze
しぼ　　vắt

コウ

絹	絹	絹	く	乡	幺	糸	糸	糸	糸	絹	**389**
			絹	絹	絹	絹	絹				

きぬ

絹　silk
きぬ　lụa

絹糸　silk thread
きぬいと　sợi tơ để dệt lụa

ケン

絹糸　silk thread
けん し　sợi tơ để dệt lụa

維	維	維	く	乡	幺	糸	糸	糸	糸	維	**390**
			維	維	維	維	維	維			

イ

繊維　fiber
せん い　tơ sợi

維持　maintenance
い じ　duy trì

400 繊

391 綱

綱	綱	⟨	⟨	⟨	⟨	糸	糸	糸	糸
		糸	糸	糸	綱	綱	綱		

つな

綱 class
つな　dây thừng (vật liệu tổng hợp)

横綱 sumo grand champion
よこつな　đô vật hạng I

コウ

392 網

網	網	⟨	⟨	⟨	⟨	糸	糸	糸	糸
		糸	糸	網	網	網	網		

あみ

網 net
あみ　lưới

618 羅

モウ

網羅 encompassing
もうら　toàn diện, bao phủ

393 縄

縄	縄	⟨	⟨	⟨	⟨	糸	糸	糸	糸
		紀	絽	絽	絹	絹	絹	縄	

なわ

縄 rope
なわ　dây thừng (vật liệu tự nhiên)

ジョウ

394

く	ㄠ	ㄠ	乡	糸	糸	糸'	糸丁
糸ヨ	糸彑	紵	紵	縁	縁	縁	

ふち

縁　rim
ふち　mép, lề, liền

エン

縁　fate
えん　mép, lề, liền

縁談　marriage proposal
えんだん　mai mối, bàn chuyện hôn nhân

縁結び　marriage
えんむす　kết duyên

縁側　external corridor
えんがわ　hiên nhà

縁故　relation
えんこ　duyên cớ

血縁　blood relationship
けつえん　huyết thống

395

緯

く	ㄠ	ㄠ	乡	糸	糸	糸'	紵
紵	紵	緯	緯	緯	緯	緯	緯

イ

経緯　particulars
けいい　chi tiết, đầu đuôi

緯度　latitude
いど　vĩ độ

396

く	ㄠ	ㄠ	乡	糸	糸	糸'	糸ク
糸ク	終	終	縫	縫	縫	縫	縫

ぬ-う

縫う　sew
ぬ　khâu, may, vá

ホウ

裁縫　sewing
さいほう　khâu vá

397 縛

縛	縛	⟨	⟨	⟨	糸	糸	糸	糸	糸
		紆	絹	絹	綽	縛	縛	縛	縛

しば-る

縛る bind
しば　buộc, ràng buộc

バク

束縛 restraint
そくばく　hạn chế, trói buộc

398 縦

縦	縦	⟨	⟨	⟨	糸	糸	糸	糸	糸
		紆	紆	紆	紆	絆	絆	縦	縦

たて

縦 vertical　　首を縦に振る nod one's head
たて　chiều dọc　くび たて ふ　gật đầu

ジュウ

操縦 steering　　操縦士 pilot
そうじゅう　điều khiển　そうじゅうし　phi công

399 繁

繁	繁	⟨	⟨	⟨	缶	缶	每	每	每
		每	敏	敏	繁	繁	繁	繁	繁

ハン

頻繁 frequent　　　　繁栄 prosperity
ひんぱん　tấp nập　　はんえい　phồn vinh

繁盛 prosperity　　　繁殖 breeding
はんじょう　phồn thịnh, phát đạt　はんしょく　sinh sôi

繁華街 city center, downtown
はんかがい　khu phố ăn chơi, mua sắm

302 頻
344 殖
578 華

400

繊

繊 繊

⺌	⺍	⺌	⺔	糸	糸	紆	紆
紆	紆	紆	紆	絟	絴	繊	繊

セン

化繊 synthetic fiber
か せん　sợi tổng hợp

繊維 fiber
せん い　tơ sợi

繊細 sensitive
せんさい　tinh tế

390 維

401

繕

繕 繕

⺌	⺍	⺔	糸	糸`	糸`	紵	紝
絽	絆	絆	繕	繕	繕	繕	繕

つくろ-う

繕う mend
つくろ　sắp xếp, sửa chữa, chăm chút

ゼン

修繕 repair
しゅうぜん　sửa chữa

402

矢

矢 矢

'	⺦	二	午	矢			

や

矢 arrow
や　mũi tên

矢印 arrow (symbol)
や しるし　dấu mũi tên chỉ hướng

矢先 the very moment
や さき　đầu mũi tên

弓矢 bow and arrow
ゆみ や　cung tên

シ

409 弓

191

403

矯	矯	ノ	ト	ヒ	矢	矢'	矢'	矢'	矯
		矯	矯	矯	矯	矯	矯	矯	矯

た-める

キョウ

矯正 correction
きょうせい uốn, chỉnh cho thẳng

404

蚊	蚊	丶	口	口	中	虫	虫	虫'	虻
		蚊	蚊						

か

蚊 mosquito
か con muỗi

405

蛇	蛇	丶	口	口	中	虫	虫	虫'	虫'
		虻	蚘	蛇					

へび

蛇 snake
へび con rắn

ジャ ダ

蛇口 faucet
じゃぐち vòi nước

406

蛍	蛍	、	丷	丷	丷	丷	丷	当
		尚	蛍	蛍				

ほたる

蛍 firefly
ほたる đom đóm

・・・・・・・・・・・・・・・・・・・・・

ケイ

蛍光灯 fluorescent light
けいこうとう đèn huỳnh quang

407

蛋	蛋	一	一	丆	疋	疋	丞	呑
		呑	蛋	蛋				

たまご　えびす　あま

・・・・・・・・・・・・・・・・・・・・・

タン

蛋白質 protein
たんぱくしつ đạm, protein

408

融	融	一	一	丂	丂	丂	丂	丂
		弓	弓	鬲	鬲	鬲	融	融

ユウ

金融 finance
きんゆう tài chính

融通 flexibility
ゆうずう linh hoạt, linh động

融資 financing
ゆうし cấp vốn

融合 fusion
ゆうごう dung hợp, pha trộn

---

409 弓

ノ ⁱ 弓

ゆみ

弓 bow
ゆみ cái cung

弓矢 bow and arrow
ゆみ や cung tên

402 矢

キュウ

410 弦

ノ ⁱ 弓 弓ˋ 弘 弘 弦 弦

つる

ゲン

弦楽器 stringed instrument
げんがっき nhạc cụ dây

411 弧

ノ ⁱ 弓 弓ˊ 弘 弧 弧
弧

コ

括弧 brackets
かっこ dấu ngoặc đơn

176 括

412 於

於 於 | ` | ㇐ | 方 | 方 | 扩 | 於 | 於 | 於

お-いて お-ける

於いて in/at/on
お　　　　ờ, trong, trên

オ

413 旋

旋 旋 | ` | ㇐ | 方 | 方 | 扩 | 扩 | 扩
旂 旋 旋

セン

斡旋 services
あっせん trung gian, can thiệp

414 旗

旗 旗 | ` | ㇐ | 方 | 方 | 扩 | 扩 | 扩
旂 㫃 㫃 旌 旌 旗

はた

旗 flag
はた lá cờ

キ

国旗 national flag
こっき quốc kì

415 舶

´	⺈	丿	冂	舟	舟	舟´	舟′
舟ſ	舟白	舶					

ハク

舶舶 ship
せんぱく tàu thuyền

416 艦

舟	舟ſ	舟ſ	舟ſ	舟ſ	舟ſ	舟ſ	艦
舟ſ	舟ſ	舟ſ	舟ſ	舟ſ	艦	艦	艦

カン

軍艦 warship
ぐんかん tàu chiến

戦艦 battleship
せんかん chiến hạm

 753 艇

艦艇 military vessel
かんてい hạm đội

417 聖

一	丆	드	耳	王	耳	耵
耵	聖	聖	聖	聖		

セイ

神聖 holiness
しんせい thần thánh, linh thiêng

聖書 Bible
せいしょ kinh thánh

418

聴

聴	聴	一	「	F	E	耳	耵	耵	耵
		耹	耹	聴	聴	聴	聴	聴	聴

き-く
聴く listen
き　nghe, lắng nghe

チョウ
視聴率 ratings
し ちょうりつ　đánh giá, rating (chương trình truyền hình)

視聴者 (television) audience
し ちょうしゃ　khán thính giả

聴講 lecture attendance
ちょうこう　dự thính

聴覚 sense of hearing
ちょうかく　thính giác

聴診器 stethoscope
ちょうしん き　ống nghe

419

彩

彩	彩	一	二	兰	四	平	乎	采	采
		彩	彩	彩					

いろど-る

サイ
色彩 color
しきさい　màu sắc

多彩 multi-colored
た さい　nhiều sắc thái, đa dạng

420

彫

彫	彫	丿	刀	月	用	円	用	周	周
		周	彫	彫					

ほ-る
彫る carve
ほ　khắc, chạm, đục

704 塑

チョウ
彫刻 carving
ちょうこく　điêu khắc

彫塑 engraving
ちょう そ　khắc và nặn tượng, tượng điêu khắc

421 彰

	、	二	�	ㄷ	立	产	咅	音
	音	章	章	章	彰	彰		

ショウ

表彰 public acknowledgment
ひょうしょう biểu dương

表彰状 testimonial
ひょうしょうじょう giấy khen

422 刈

ノ	メ	メ刂	刈		

か-る

刈る mow
か cắt, tia, gặt

423 刑

一	二	干	开	开刂	刑

ケイ

刑 punishment
けい hình phạt

617 罰
793 囚

刑罰 punishment
けいばつ trừng phạt, hình phạt

刑期 prison term
けいき hạn tù

死刑囚 criminal condemned to death
しけいしゅう tội phạm tử hình

死刑 death penalty
しけい tử hình

刑事 detective
けいじ hình sự

刑務所 prison
けいむしょ nhà tù

198

424 剃 425 剤 426 剣

424

剃 剃 剃

| ` | ソ | ⼳ | ⼳ | ⼳ | 弟 | 弟 | 剃 |

638 刀

そ-る
剃る shave
そ　　cạo

テイ

☆ 剃刀 razor
かみそり　dao cạo râu

425

剤 剤 剤 剤

| ` | 亠 | ⼡ | 文 | 产 | 斉 | 斉 | 斉 |

ザイ
洗剤 detergent
せんざい　xà phòng

薬剤師 pharmacist
やくざいし　dược sĩ

426

剣 剣 剣 剣

| ノ | 𠆢 | 𠂉 | 今 | 全 | 全 | 争 | 僉 |

つるぎ

ケン
真剣 serious
しんけん　nghiêm trang, nghiêm túc

剣道 Japanese fencing
けんどう　kiếm đạo

199

427

剖

剖	剖	ﾉ	亠	㇅	立	立	立	咅	咅
		咅	剖						

ボウ

解剖 autopsy
かいぼう giải phẫu

428

剰

剰	剰	㇀	二	三	千	千	乏	争	乗
		乗	剰	剰					

ジョウ

過剰 excess
か じょう dư thừa

意識過剰 hyperconsciousness
い しき か じょう quá để ý đến việc người khác nghĩ về mình

自信過剰 overconfident
じ しん か じょう quá tự tin, tự phụ

429

創

創	創	ﾉ	𠆢	㇅	今	今	合	倉	倉
		倉	倉	倉	創				

つく-る

ソウ

独創 originality
どくそう sáng tạo độc đáo

創造 creation
そうぞう sáng tạo

創立 establishment
そうりつ sáng lập

創刊 first issue
そうかん xuất bản

創作 creation
そうさく sáng tác

創立者 founder
そうりつしゃ người sáng lập

430

叩 | 叩 | 叩 | ヽ 冂 冂 叮 叩

たた-く　はた-く　ひか-える

叩く hit
たた　đánh, vỗ, chỉ trích

コウ

431

却 | 却 | 却 | 一 十 土 去 去 去丁 却

かえ-って

却って on the contrary
かえ　ngược lại

キャク

返却 return (of something)　　　冷却 cooling
へんきゃく　hoàn trả　　　　　　れいきゃく　làm lạnh

却下 rejection
きゃっか　bác bỏ, loại bỏ

432

卸 | 卸 | 卸 | ノ �É ⸗ 午 午 缶 缶 釿 卸

おろ-す　おろし

卸す wholesale
おろ　bán buôn, bán sỉ

433 励

| 一 | 厂 | ﾄ | 厉 | 厉 | 励 | 励 | |

はげ-む　はげ-ます

励む strive
はげ　phấn đấu

励ます encourage
はげ　khích lệ, động viên

515 奨

レイ

激励 encouragement
げきれい　khích lệ

奨励 encouragement
しょうれい　khuyến khích

434 勘

| 一 | 十 | ﾄﾄ | 甘 | 甘 | 苴 | 其 | 其 |
| 其 | 勘 | 勘 | | | | | |

カン

勘違い misunderstanding
かんちが　sự hiểu lầm

435 瓦

| 一 | ﾌ | 瓦 | 瓦 | 瓦 | | | |

かわら

瓦 roof tile
かわら　ngói

ガ

煉瓦 brick
れんが　gạch

436

瓶 瓶 | 丶 ソ ユ 二 ゛ 并 并 丼
瓶 瓶 瓶

ビン

瓶 bottle
びん chai, lọ, bình

瓶詰め bottled
びん づ đóng chai

花瓶 flower vase
か びん bình hoa

437

貢 貢 | 一 T エ 广 吞 吞 青 青
貢 貢

みつ-ぐ

コウ ク

貢献 contribution
こうけん cống hiến

社会貢献 contribution to society
しゃかいこうけん cống hiến cho xã hội

貢献度 (degree of) contribution
こうけん ど mức cống hiến

438 献

438

献 献 | 一 十 广 古 南 南 南
南 南 献 献 献

ケン コン

貢献 contribution
こうけん cống hiến

社会貢献 contribution to society
しゃかいこうけん cống hiến cho xã hội

文献 literature
ぶんけん văn kiện

貢献度 (degree of) contribution
こうけん ど mức cống hiến

献立 bill of fare
こんだて thực đơn

437 貢

439

獣	獣	`	``	```	``	```	```	```	```
		嵒	単	単	置	閂	獣	獣	獣

けもの

獣 beast
けもの súc vật

ジュウ

怪獣 monster
かいじゅう quái thú

440

隻	隻	ノ	イ	イ′	疒	什	仹	隹	隹
		隼	隻						

セキ

隻 counter for ships
せき số đếm tàu chiến

441

雅

雅	雅	一	厂	工	牙	牙	牙′	邪	邪′
		邪	邪	雅	雅	雅			

ガ

優雅 elegant
ゆうが thanh lịch, nhã nhặn

| | | 一 | ナ | 左 | 左 | 左' | 左'' | 左'''| 442 |
| | | 左'''| 左'''| 雄 | 雄 | | | | |

雄 雄

おす　お

雄 male
おす　giống đực

ユウ

英雄 hero
えいゆう　anh hùng

| | | 丨 | 丨 | 丬 | 丬 | 止 | 此 | 此' | 此' | 443 |
| | | 此' | 此'' | 此'' | 此'' | 雌 | 雌 | | | |

雌 雌

めす　め

雌 female
めす　giống cái

シ

| | | ㄱ | ㄱ | ㄢ | ㄢ | ㄢㄢ | ㄢㄢ | ㄢㄢ | ㄢㄢ | 444 |
| | | 羽 | 習 | 習 | 習 | 習 | 翌 | 翼 | 翼 | |

翼 翼

つばさ

翼 wings
つばさ　cánh

ヨク

445 翻

翻	翻	ノ	ハ	丷	平	平	采	釆	釆
		釆	釆	番	番	翻	翻	翻	翻

ひるがえ-る　ひるがえ-す

ホン

翻訳　translation
ほんやく　biên dịch

446 殴

殴	殴	一	フ	ヌ	区	区	区几	殴	殴

なぐ-る

殴る　beat
なぐ　đánh, đấm

オウ

447 殻

殻	殻	一	十	士	声	声	声	壳	壳
		殻	殻	殻					

から

殻　shell
から　xác, vỏ

貝殻　seashell
かいがら　vỏ sò

カク

448 又 449 致 450 鼓

448

又

| 又 | 又 | フ | 又 | | | | |

また

又 once more
また lại, hơn nữa

449

致

| 致 | 致 | 一 | 工 | 工 | 至 | 至 | 到 | 到 |
| | | 致 | 致 | | | | | |

いた-す

致す do (humble speech)
いた xin được làm

チ

合致 agreement
がっち thống nhất, phù hợp

一致 conformity
いっち nhất trí

致命的 fatal
ちめいてき chí mạng

450

鼓

| 鼓 | 鼓 | 一 | 十 | 士 | 吉 | 吉 | 吉 | 吉 |
| | | 壴 | 壴 | 計 | 鼓 | 鼓 | | |

つづみ

コ

152 膜

太鼓 drum
たいこ cái trống

鼓膜 eardrum
こまく màng nhĩ

207

Webドリル

379-450

下記ウェブサイトにアクセスして、379 〜 450 の
漢字を復習しましょう。

Access the Website shown below and review kanji 379 to 450.

Hãy kết nối vào trang web sau đây, và luyện tập các chữ Hán có
số từ 379 〜 450.

PC https://www.ask-books.com/jp/jlptkanji/N1/6.html

Smartphone

試験によくでる！
N1漢字
451-522

クイズ

「いせき」はどう書く？

遺跡　這跡　偉積　位遷

451 斜

		ノ	ハ	ム	ム	夅	夅	余	余
斜	斜	余	斜	斜					

なな-め

斜め slanting
なな　nghiêng, chéo

斜め後ろ diagonally behind
なな　うし　chếch phía sau

シャ

傾斜 inclination
けいしゃ　dốc nghiêng

斜面 slope
しゃめん　mặt nghiêng

452 辱

		一	厂	厂	戸	辰	辰	辰	辰
辱	辱	辱	辱						

はずかし-める

ジョク

侮辱 insult
ぶじょく　nhục mạ, sỉ nhục

453 耐

		一	丁	丆	丙	丙	而	而	耐
耐	耐	耐							

た-える

耐える endure
た　chịu đựng

765 忍

タイ

耐熱 heat-resisting
たいねつ　chịu nhiệt

耐久性 durability
たいきゅうせい　tính bền, độ bền

忍耐 perseverance
にんたい　nhẫn nại

454

寿 寿

| 一 | 二 | 三 | 声 | 夫 | 寿 | 寿 |

ことぶき

ジュ

長寿　longevity
ちょうじゅ　trường thọ

寿命　life span
じゅみょう　tuổi thọ

平均寿命　life expectancy
へいきんじゅみょう　tuổi thọ bình quân

455

尋 尋

| ⁊ | ⁊ | ∃ | 尹 | 尹 | 尹 | 尋 | 尋 |
| 尋 | 尋 | 尋 | 尋 | | | | |

たず-ねる

尋ねる　inquire
たず　　　thăm hỏi

ジン

456

鬼

鬼 鬼

| ′ | ′ | ⼻ | 甶 | 甶 | 由 | 尹 | 鬼 |
| 鬼 | 鬼 | | | | | | |

おに

鬼　ogre
おに　con quỷ

キ

211

457

魂	魂	一	二	云	云	云´	宏´	云り	动
		动	动	动	魂	魂	魂		

たましい

魂 spirit
たましい linh hồn

コン

458

魅	魅	´	´	宀	巾	由	由	鬼
		鬼	鬼	鬼	鬼	魅	魅	魅

ミ

魅力 charm　　　　　魅力的 charming
み りょく quyến rũ, hấp dẫn　　み りょくてき đầy quyến rũ, đầy sức hút

459

魔	魔	、	亠	广	广	庀	庀	庀	庀
		庀	庀	麻	䕎	䕎	魔	魔	魔

マ

邪魔 obstacle　　　　悪魔 demon
じゃ ま quấy rầy, cản trở　　あく ま ác quỷ, tà ma

 113 邪

460

巡 巡 ｜ く ｜ 巛 ｜ 巛 ｜ 巛 ｜ 巡 ｜ 巡

めぐ-る　まわ-る

巡る　go around
めぐ　　đi quanh

名所巡り　visiting famous places
めいしょめぐ　　tham quan thắng cảnh

お巡りさん　police officer
まわ　　cảnh sát

ジュン

巡査　police officer
じゅん さ　tuần cảnh

461

迅 迅 ｜ フ ｜ 孔 ｜ 卂 ｜ 汛 ｜ 迅 ｜ 迅

ジン

迅速　quick
じんそく　nhanh chóng

462

迫 迫 ｜ ′ ｜ ′ ｜ 冂 ｜ 白 ｜ 白 ｜ 白 ｜ 泊 ｜ 迫

せま-る

迫る　approach
せま　tiến sát, thúc giục, bí bách

132 脅

ハク

圧迫　pressure
あっぱく　áp bức, áp lực

迫害　persecution
はくがい　hăm dọa, khủng bố

脅迫　menace
きょうはく　ép buộc, đe dọa

213

463

コ	ヨ	ヨ	肀	肀	肀	肀	隶
逮	逮	逮					

逮 逮

タイ

逮捕 arrest
たい ほ　bắt bỏ tù

464

丶	二	三	言	言	言	言	這
這	這						

這 這

は-う　こ-の　これ

這う crawl
は　　bò, trườn

シャ

465

逸

ノ	ク	ク	名	名	名	名	兔
兔	逸	逸					

逸 逸

そ-らす　そ-れる

逸らす turn away
そ　　　trốn tránh, lảng tránh

147 脱

イツ

逸脱 deviation
いつだつ　sai lệch

逸材 gifted person
いつざい　tài năng nổi bật

		丶	口	曰	日	尸	弔	禺	禺	**466**
遇	遇	禺	遇	遇	遇					

グウ

境遇 environment
きょうぐう　cảnh ngộ

遭遇 encounter
そうぐう　tao ngộ

待遇 reception
たいぐう　đãi ngộ

469 遭

		丶	丷	亠	丷	芍	芽	芽	芽	**467**
遂	遂	豕	豙	遂	遂					

と-げる　つい-に

遂げる accomplish
と　đạt tới, đạt được

遂に at last
つい　cuối cùng

やり遂げる follow through
と　làm tới cùng

スイ

遂行 accomplishment
すいこう　hoàn thành

		一	一	ヨ	尸	尸	肩	肩	扁	**468**
遍	遍	扁	徧	遍	遍					

ヘン

遍 number of times
へん　phổ biến, rộng khắp

通り一遍な perfunctory
とお　いっぺん　chiếu lệ, hời hợt

普遍 universal
ふ　へん　phổ biến

---

469 遭

一	厂	冖	帀	曲	曲	曲	曹
曹	曹	曹	遭	遭	遭		

あ-う

遭う have an accident
あ　　gặp

466 遇

ソウ

遭難 disaster
そうなん gặp nạn

遭遇 encounter
そうぐう tao ngộ

470 遮

丶	亠	广	户	庐	庐	庶	庶
庶	庶	庶	遮	遮	遮		

さえぎ-る

遮る interrupt
さえぎ che, ngăn, cắt

シャ

遮断 isolation
しゃだん gián đoạn, ngăn cách

471 遣

丶	口	口	中	虫	串	串	昔
肯	晝	遣	遣	遣			

つか-う　や-る　つか-わす

気を遣う pay attention to another's needs
き　つか quan tâm, chú ý

350 駄

無駄遣い squandering
む　だ　つか lãng phí

仮名遣い syllabary spelling
か　な　づか cách sử dụng chữ kana

遣る give
や giúp, làm, cho (người nhỏ hơn, động vật)

ケン

派遣 dispatch
は　けん phái đi làm

`	冂	口	中	虫	串	忠	骨	**472**
骨	書	貴	貴	遺	遺	遺		

212 憾

イ　ユイ

遺跡 historic ruins
いせき　di tích

遺伝子 gene
いでんし　gen di truyền

遺産相続 inheritance
いさんそうぞく　thừa kế tài sản

遺伝 heredity
いでん　di truyền

遺憾 regrettable
いかん　đáng tiếc

世界遺産 World Heritage
せかいいさん　di sản thế giới

一	厂	币	両	西	西	覀	要	**473**
要	栗	悪	悪	遷	遷	遷		

セン

変遷 change
へんせん　chuyển biến, thăng trầm

`	冂	罒	罒	罒	四	睪	睪	**474**
睪	睪	睪	睪	景	環	環	還	

293 暦

カン

返還 return
へんかん　hoàn trả

還暦 60th birthday
かんれき　sinh nhật 60 tuổi

還元 reduction, give back
かんげん　trả lại trạng thái ban đầu

217

475

廷

| 廷 | 廷 | ゛| 二 | 千 | 壬 | 壬 | 廷 | 廷 |

テイ

法廷　courtroom
ほうてい　tòa án

476

赴

| 赴 | 赴 | 一 | 十 | 土 | 耂 | 走 | 走 | 走 | 赴 |
| | | 赴 | | | | | | | |

おもむ-く

赴く　proceed toward
おもむ　bổ nhiệm, theo

フ

赴任　leaving for new post
ふにん　nhận chức ở nơi khác

単身赴任　job transfer away from one's home
たんしんふにん　chuyển công tác một mình

477

為

| 為 | 為 | 丶 | ノ | 〆 | 办 | 為 | 為 | 為 | 為 |
| | | 為 | | | | | | | |

ため

為　benefit
ため　mục đích, để, vì

イ

行為　conduct
こうい　hành vi

迷惑行為　troublesome behavior
めいわくこうい　hành vi quấy rầy

☆ 為替レート　exchange rate
かわせ　tỉ giá hối đoái

218

478

烈 烈

| 一 | フ | ヌ | 歹 | 歹' | 列 | 列' | 烈 |
| 烈 | 烈 | | | | | | |

レツ

強烈 intense
きょうれつ quyết liệt, mạnh mẽ

猛烈 fierce
もうれつ mãnh liệt

334 猛

479

煮 煮

| 一 | 十 | 土 | 耂 | 者 | 者 | 者 | 者 |
| 者 | 者 | 煮 | 煮 | | | | |

に-る　に-える　に-やす

煮る boil
に ninh, nấu

煮える be boiled
に chín nhừ

シャ

480

黙 黙

| ⌐ | 冂 | 日 | 日 | 甲 | 甲 | 里 | 里' |
| 黒' | 黙 | 黙 | 黙 | 黙 | 黙 | 黙 | |

だま-る

黙る be silent
だま câm, nín

778 寡

モク

沈黙 silence
ちんもく trầm mặc, yên lặng

寡黙 untalkative
かもく e thẹn, ngại

219

481

忌 忌 | ┐ | コ | 己 | 弖 | 忌 | 忌 | 忌

い-まわしい　い-む

忌まわしい　unpleasant
い　　　　　　ghê sợ

キ

482

忠 忠 | 丶 | 口 | 口 | 中 | 史 | 忠 | 忠 | 忠

チュウ

忠告　advice
ちゅうこく　lời khuyên

忠実　faithful
ちゅうじつ　chăm chỉ, trung thực

483

怠 怠 | ㇏ | ㄥ | 乍 | 台 | 台 | 台 | 怠 | 怠
　　　| 怠

おこた-る　なま-ける

怠る　be negligent in doing
おこた　bỏ bê

怠ける　be idle
なま　lười biếng

208 慢
700 惰

タイ

怠慢　negligence
たいまん　cẩu thả

怠惰　lazy
たい だ　lười biếng, uể oải

220

484

恩 恩 | 丨 | 冂 | 冃 | 因 | 因 | 因 | 因 | 因
恩 恩

オン

恩 debt of gratitude
おん ân, ân nghĩa

恩師 mentor
おんし ân sư

恩恵 benefit
おんけい ân huệ

恩赦 amnesty
おんしゃ ân xá

758 赦

485

悠 悠 | ノ | イ | 亻 | 亻' | 亻攸 | 亻攸 | 攸 | 攸
悠 悠 悠

ユウ

悠々 leisurely
ゆうゆう ung dung

486

愁 愁 | ノ | 二 | 千 | 禾 | 禾 | 利 | 利' | 秒
秋 秋 愁 愁 愁

シュウ

郷愁 nostalgia
きょうしゅう nỗi nhớ nhà

118 郷

221

487

慶 慶

`	宀	广	广	产	产	产	庐
庐	庐	廊	廊	廊	廖	慶	

よろこ-び

慶び joy
よろこ sung sướng, thích thú

ケイ

慶事 happy event
けい じ hi sự

488

慮 慮

`	宀	广	广	产	卢	虎	虎
虎	庿	庿	慮	慮	慮	慮	

リョ

熟慮 deliberation
じゅくりょ cân nhắc, suy tính

配慮 consideration
はいりょ quan tâm

遠慮 refraining
えんりょ ngần ngại

考慮 consideration
こうりょ xem xét

489

憂 憂

一	丆	丆	而	丙	百	百	頁
頁	憂	憂	憂	憂	憂	憂	

うれ-える うれ-い う-い

ユウ

憂うつ depression
ゆう buồn bã, u sầu

490

慰	慰	⁻	⁻	尸	尸	尽	尽	尿
		尿	慰	慰	慰	慰	慰	慰

なぐさ-める　なぐさ-む

慰める console
なぐさ　　an ủi, động viên

イ

491

憩	憩	⁻	⁻	千	千	舌	舌	舌′
		刮	刮	刮	刮	刮	憩	憩	憩

いこ-い　いこ-う

憩い relaxation　　　　　　憩う relax
いこ　　nghỉ ngơi　　　　　　いこ　　nghỉ ngơi, thư giãn

ケイ

休憩 break
きゅうけい　nghỉ ngơi, giải lao

492

憲	憲	⁻	⁻	宀	宀	中	害	宝	害
		害	害	害	富	害	憲	憲	憲

ケン

憲法 constitution
けんぽう　hiến pháp

493 ☐	懲	懲	ノ	ク	イ	彳	彳	彳	彳	彳
懲			彳	徉	徉	彳	徴	徴	徴	懲

こ-りる　こ-らす　こ-らしめる

懲りる　learn by experience
こ　　　　tỉnh ngộ

チョウ

494 ☐	懸	懸	I	П	日	月	目	㫃	㮊	県
懸			県	県	県	県	県	県	縣	懸

か-ける　か-かる

ケン　ケ

懸賞　offering a prize
けんしょう　giải thưởng

一生懸命　with all one's might
いっしょうけんめい　cố gắng hết sức

懸命　earnest
けんめい　hết mình

495 ☐	貫	貫	∟	口	皿	毌	毌	冊	冊	冑
貫			冑	貫	貫					

つらぬ-く

カン

貫録　dignity
かんろく　phẩm giá

貫禄　presence
かんろく　uy nghiêm

496 賀

フ	カ	カ	加	加	加	智	賀
智	智	賀	賀				

ガ

祝賀 celebration
しゅく が　chúc mừng

年賀状 New Year's card
ねん が じょう　thiệp chúc Tết

年賀 New Year's greetings
ねん が　mừng Tết

497 賄

l	冂	冃	月	目	貝	貝	貯
貯	財	賄	賄	賄			

まかな-う

賄う supply
まかな　trang trải

ワイ

賄賂 bribe
わい ろ　hối lộ

498 賑

l	冂	冃	月	目	貝	貝	貯
貯	貯	貯	賑	賑	賑		

にぎ-わう　にぎ-やか

賑わう be bustling
にぎ　náo nhiệt, huyên náo

賑やか bustling
にぎ　náo nhiệt, huyên náo

シン

499

賦 賦

丨	冂	月	月	目	貝	貝	貯
貯	貯	貯	貯	賦	賦		

フ

月賦 monthly payment
げっぷ　lãi suất hằng tháng

500

賠 賠

丨	冂	月	月	目	貝	貝	貯
貯	貯	貯	貯	賠	賠		

バイ

賠償 compensation
ばいしょう　bồi thường

損害賠償 restitution
そんがいばいしょう　bồi thường tổn thất

賠償金 reparations
ばいしょうきん　tiền bồi thường

023 償

501

貰 貰

一	十	卅	卅	世	世	贳	贳
贳	莆	貰	貰				

もら-う　か-りる　ゆる-す

貰う receive
もら　nhận

セイ

502 盆 503 盟 504 監

502

ノ	八	今	分	分	盆	盆	盆
盆							

ボン

盆 tray
ぼん　mâm, khay

盆栽 miniature potted plant
ぼんさい　cây cảnh

盆地 basin
ぼんち　thung lũng

087 栽

503

丨	冂	日	日	日)	明	明	明
明	明	明	盟	盟			

メイ

同盟 alliance
どうめい　đồng minh

連盟 league
れんめい　liên minh

504

丨	厂	厂	戸	臣	臣	臣	臣
監	監	監	監	監	監	監	

カン

監督 director
かんとく　giám sát

監視 supervision
かんし　giám thị

160 督

227

505 盤

盤 盤

´	⺈	力	丹	舟	舟	舟'	舟几
舟少	般	般	䑞	般	盤	盤	

バン

基盤 foundation
き ばん　nền móng, cơ sở

地盤 foundation
じ ばん　địa bàn, nền đất

碁盤 go (game) board
ご ばん　bàn cờ vây

算盤 abacus
そろばん　bàn tính

251 碁

506 卓

卓 卓

¹	⺊	⼧	占	卓	卓	卓	

タク

食卓 dining table
しょくたく　bàn ăn

電卓 calculator
でんたく　máy tính cầm tay

507 卑

卑 卑

´	⼂'	冂	巾	由	由	臾	臾
卑							

いや-しい　いや-しむ　いや-しめる

卑しい lowly
いや　　ti tiện, hạ cấp

ヒ

卑怯 unfair
ひ きょう　bần tiện, hèn, bẩn

508

甲	甲	１	冂	冂	日	甲		

コウ　カン

甲　party A
こう　giáp, bên A, mai rùa

甲乙　first and second parties
こうおつ　giáp ất, sự so sánh

653 乙

☆ 生き甲斐　reason for living
　い　が　い　　lẽ sống

509

里	里	１	冂	冂	日	甲	甲	里

さと

古里　home town
ふるさと　quê hương

118 郷

リ

郷里　birth-place
きょうり　quê hương

510

竜	竜	'	一	宀	宀	立	立	音 音
		音	竜					

たつ

竜巻　tornado
たつまき　vòi rồng, lốc xoáy

リュウ

511

奉

奉	奉	一	二	三	彡	夫	表	圭	奉

たてまつ-る

奉る offer
たてまつ だâng, cúng

ホウ ブ

奉仕 service
ほう し phục vụ

512

奏

奏	奏	一	二	三	彡	夫	表	圭	奏
奏									

かな-でる

ソウ

吹奏 playing (a wind instrument)
すいそう chơi nhạc cụ khí, thổi (sáo, kèn v.v)

演奏 musical performance
えんそう biểu diễn

513

奇

奇	奇	一	ナ	大	立	夲	奇	奇	奇

キ

奇数 odd number
き すう số lẻ

奇妙 strange
き みょう kì diệu

奇跡 miracle
き せき kì tích

好奇心 curiosity
こう き しん tính hiếu kì, tò mò, ham học hỏi

怪奇現象 unnatural phenomenon
かい き げんしょう hiện tượng kì quái

310 妙

514

一	｢	｢	｢	ヲ	ヲ	ヲヲ	ヲヲ
ヲヲ	爽	爽					

さわ-やか

爽やか　fresh
さわ　　　dễ chịu, sảng khoái

ソウ

爽快　refreshing
そうかい　sảng khoái

515

｜	｀	｣	｣	｣	｣	｣	将
将	将	奨	奨	奨			

ショウ

奨励　encouragement
しょうれい　khuyến khích

奨学金　scholarship
しょうがくきん　học bổng

433 励

516

一	｢	六	六	大	杰	杰	杰
杰	奋	奞	奞	奪	奪		

うば-う

奪う　snatch away
うば　　cướp, đoạt

奪い合う　scramble for
うば　あ　　tranh giành

ダツ

略奪　looting
りゃくだつ　ăn cướp, tước đoạt

231

517 奮

奮 奮

一	ナ	六	大	木	木	本	杏
杏	奞	奮	奮	奮	奮	奮	奮

ふる-う

フン

547 闘

興奮	excitement
こうふん	hưng phấn

奮闘	hard struggle
ふんとう	phấn đấu

518 撃

撃 撃

一	𠃌	盲	盲	目	豆	車	軎
軎	軗	軗	毄	毄	撃	撃	

う-つ

撃つ shoot
う　　 bắn

030 衝
325 襲

ゲキ

襲撃	attack
しゅうげき	tập kích, tấn công

衝撃	shock
しょうげき	tác động, sốc

打撃	strike
だげき	cú đánh, cú sốc

反撃	counterattack
はんげき	phản kích, phản công

攻撃	attack
こうげき	công kích, tấn công

目撃	witnessing
もくげき	mục kích, chứng kiến

目撃者	witness
もくげきしゃ	nhân chứng

519 摩

摩 摩

`	亠	广	广	庁	庐	庠	庠
庠	庥	麻	麻	麻	麼	摩	

マ

197 擦
679 楼

摩擦	friction
まさつ	ma sát

摩天楼	skyscraper
まてんろう	nhà chọc trời

520

弁 弁

ノ	ム	ム	弁	弁			

023 償

ベン

弁明 explanation
べんめい biện minh

弁解 justification
べんかい bào chữa

弁当 box lunch
べんとう cơm hộp

代弁 speaking by proxy
だいべん thay mặt người khác phát ngôn

弁償 reimbursement
べんしょう bồi thường (về vật chất)

弁護士 lawyer
べんごし luật sư

521

弊 弊

'	''	'''	冖	屵	屵	屵	尚
尚	尚	敞	敞	敝	弊	弊	

ヘイ

弊社 our company
へいしゃ công ty chúng tôi

弊害 harmful effect
へいがい tác hại

522

幣 幣

'	''	'''	冖	屵	屵	屵	尚
尚	尚	敞	敞	敝	幣	幣	

ヘイ

貨幣 currency
かへい tiền tệ

紙幣 paper money
しへい tiền giấy

Webドリル

451-522

下記ウェブサイトにアクセスして、451 〜 522 の
漢字（かんじ）を復習（ふくしゅう）しましょう。

Access the Website shown below and review kanji 451 to 522.

Hãy kết nối vào trang web sau đây, và luyện tập các chữ Hán có
số từ 451 〜 522.

PC https://www.ask-books.com/jp/jlptkanji/N1/7.html

Smartphone

試験によくでる！
しけん

N1漢字
かんじ

523-594

クイズ

「苗」はどう読む？

いね　いも　なえ　くき

523 麗

麗 麗

| 一 | 厂 | 厅 | 帀 | 丽丽 | 丽丽 | 丽丽 | 严 |
| 厞 | 厞 | 严 | 麗 | 麗 | 麗 | 麗 | 麗 |

うるわ-しい

レイ

綺麗 beautiful
き れい sạch, đẹp

524 吉

吉 吉

| 一 | 十 | 士 | 吉 | 吉 | 吉 | | |

キツ　キチ

不吉 ominous
ふ きつ điềm gở, không may

吉報 good news
きっぽう tin vui

525 吊

吊 吊

| 丶 | 冂 | 口 | 尸 | 弔 | 吊 | | |

つ-る　つ-るす

吊る hang
つ treo

吊るす hang up
つ treo

吊り革 strap
つ かわ tay nắm (trên tàu, xe)

チョウ

526

呂 呂 | ` 丨 冂 口 卩 尸 呂 呂

口

お風呂 bath
ふろ　bồn tắm

風呂場 bathroom
ふろば　phòng tắm

347 敷

風呂敷 wrapping cloth
ふろしき　khăn gói đồ

527

哀 哀 | ` 亠 宀 亠 声 声 声 声
哀

あわ-れ　あわ-れむ

哀れ pity
あわ　đáng thương

アイ

喜怒哀楽 human emotions
きどあいらく　hỉ nộ ái ố

528

啓 啓 | ー ㇌ ㋿ 戸 戸 戸 所 戸
啓 啓 啓

ケイ

拝啓 Dear (used in letters)
はいけい　kính gửi

啓発 enlightenment
けいはつ　mở mang tri thức

237

529 喪

一	十	十	寸	寸	市	市	市
亜	尹	更	喪				

も

喪 mourning
も　đồ tang

喪服 mourning dress
も ふく　tang phục

ソウ

喪失 loss
そう しつ　thua, mất

自信喪失 inferiority complex
じ しん そう しつ　đánh mất tự tin

530 吐

丶	口	口	口	叶	吐	

は-く

吐く breathe out
は　nôn, khạc

吐き気 nausea
は　け　buồn nôn

ト

531 吠

丶	口	口	口	叮	吠	吠

ほ-える

吠える bark
ほ　sủa, gào thét

ハイ　バイ

238

咳 咳	丶	口	口	口'	口宀	口宀	咳	咳	**532**
咳									

せき せ-く しわぶき しわぶ-く

咳 cough
せき ho

ガイ　カイ

唱 唱	丿	冂	口	口l	口冂	口旧	唱	唱	**533**
唱 唱 唱									

とな-える

唱える recite
とな　　tụng, niệm, xướng

ショウ

合唱 chorus
がっしょう　hợp xướng

暗唱 recitation
あんしょう　đọc thuộc lòng

提唱 advocacy
ていしょう　đề xướng, đề xuất

喉 喉	丿	冂	口	口/	叫	叭	呼	呼	**534**
哗 哗 喉 喉									

のど

喉 throat
のど　họng

コウ

535 □			ヽ	ノ	ロ	ロ`	ロ`	ロ宀	ロ宀	哈
喧	喧	喧	哈	喧	喧	喧				

かまびす-しい　やかま-しい

ケン

喧嘩　fight
けん か　cãi nhau

536 嘩

536 □			ヽ	ロ	ロ	ロ一	ロ十	ロ艹	ロ芒	嗤
嘩	嘩	嘩	嗤	嘩	嘩	嘩	嘩			

かまびす-しい

カ

喧嘩　fight
けん か　cãi nhau

535 喧

537 □			ヽ	ロ	ロ	ロ一	ロ十	ロ艹	ロ艹	嗤
嘆	嘆	嘆	嗤	嗤	嘆	嘆	嘆			

なげ-く　なげ-かわしい

嘆く　lament
なげ　than thở

タン

噂	噂	丶	口	口	口′	口丶	口丷	口⺊	口产	**538**
		口⺁	口⺍	口酋	口酋	口酋	噂	噂		

うわさ

噂 rumor
うわさ lời đồn

ソン

噴	噴	丶	口	口	口一	口十	口≠	口≠	口芾	**539**
		口严	口严	噴	噴	噴	噴	噴		

ふ-く

フン

噴出 spouting
ふんしゅつ phun xuất, phun trào (núi lửa), nổ ra

噴火 volcanic eruption
ふん か phun lửa, phun trào (núi lửa)

噴水 water fountain
ふんすい vòi phun nước, nước phun ra

噌	噌	丶	口	口	口′	口丶	口竹	口竹	口竹	**540**
		口竹	口竹	口曽	口曽	口曽	口曽	噌		

かまびす-しい

ソ ソウ

033 汁

味噌 miso
み そ tương miso

味噌汁 miso soup
み そしる súp miso

※「噌」と書かれる場合があります。

241

541 嚙

嚙	嚙	⺮	口	口	口⸍	口⺊	口⺊	叱	叱
		叱	哟	哫	哫	噅	噛	嚙	

か-む　かじ-る

嚙む chew
か　　cắn

嚙み切る bite off
か　き　　cắn đứt

ゴウ

---

542 臨

臨	臨	｜	厂	厂	臣	臣	臣	臣	臣
		臥	臥	臨	臨	臨	臨	臨	臨

のぞ-む

臨む look out onto
のぞ　　tiến đến, tiếp cận

リン

臨時 temporary
りんじ　lâm thời, tạm thời

---

543 閑

閑	閑	｜	厂	月	月	門	門	門
		門	閉	閑	閑			

カン

閑静 tranquil
かんせい　yên tĩnh

閣	閣	｜	⌐	冂	冃	戸	門	門	門	**544**
		門	閈	閔	閣	閣	閣			

カク

内閣 cabinet (of a government)
ないかく nội các

内閣総理大臣 prime minister
ないかくそうりだいじん thủ tướng

閲	閲	｜	⌐	冂	冃	戸	門	門	門	**545**
		門	門	閂	関	閲	閲	閲		

エツ

閲覧 browsing (the web)
えつらん đọc, xem, duyệt

闇	闇	｜	⌐	冂	冃	戸	門	門	門	**546**
		門	閂	閂	閂	閨	閻	闇	闇	

やみ

闇 darkness
やみ tối tăm

夕闇 twilight
ゆうやみ hoàng hôn

無闇 reckless
むやみ bốc đồng

243

547

闘	闘	丨	冂	冂	門	門	門	門	門
		門	鬥	鬥	鬥	鬥	鬥	鬥	闘

たたか-う

トウ

517 奮

戦闘 battle
せんとう　chiến đấu

健闘 fighting bravely
けんとう　chiến đấu quả cảm

奮闘 hard struggle
ふんとう　phấn đấu

548

泰	泰	一	二	三	弄	夫	未	泰	泰
		泰	泰						

タイ

安泰 peace
あんたい　hòa bình, yên ổn

549

慕	慕	一	十	卝	艹	苎	芎	莒	莒
		莫	莫	莫	莫	慕	慕		

した-う

慕う yearn for
した　ngưỡng mộ

慕われる beloved
した　được yêu mến

ボ

免

550

免 免 ｜ ノ ク ⺈ 臽 臽 免 免

688 罷

まぬが-れる

免れる be saved from
まぬが được miễn

メン

御免 I'm sorry
ご めん xin lỗi

免税 tax exemption
めんぜい miễn thuế

運転免許証 driver's license
うんてんめんきょしょう giấy phép lái xe

罷免 dismissal
ひ めん bãi miễn, sa thải

免許 license
めんきょ giấy phép, sự cho phép

免除 exemption
めんじょ miễn trừ

克

551

克 克 一 十 ナ 古 古 声 克

コク

克服 overcoming
こくふく khắc phục

克明 detailed
こくめい chi tiết, cụ thể

尚

552

尚 尚 ` ⺍ ⺍ ⺌ 屵 尚 尚 尚

なお

尚 furthermore
なお ngoài ra, hơn nữa

ショウ

高尚 refined
こうしょう cao thượng

553

巣	巣	`	``	```	``⺍	⺍	⺍	当
		単	単	巣				

す
巣　nest
す　tổ, hang ổ

ソウ

554

掌	掌	`	``	```	``⺍	兴	尚	尚	尚
		学	堂	堂	掌				

てのひら
掌　palm
てのひら　lòng bàn tay

ショウ
車掌　(train) conductor
しゃしょう　nhân viên phục vụ tàu xe

555

兼	兼	`	``	丷	当	当	当	羊	兼
		兼	兼						

か-ねる
兼ねる　be unable to　　気兼ね　constraint
か　kiêm nhiệm, kết hợp　　き　が　khách khí, gò bó

ケン
兼業　pursuing as a side business　兼用　multi-use
けんぎょう　nghề tay trái　　　　　けんよう　dùng chung

556

冠冠 ' 冖 冖 冠 冠 冠 冠 冠

かんむり

冠 crown
かんむり　vương miện

カン

栄冠 laurels
えいかん　vòng nguyệt quế

557

冗冗 ' 冖 冗 冗

ジョウ

冗談 joke
じょうだん　đùa, cợt

558

宜宜 ' 宀 宀 宀 宀 宜 宜 宜

よろ-しい

宜しく suitably
よろ　chiếu cố, gửi lời thăm

ギ

適宜 appropriate
てきぎ　tùy ý

便宜 convenience
べんぎ　tiện nghi

247

559

宛

| 宛 | 宛 | ` | ` | ⺌ | 宀 | 夗 | 夗 | 夘 | 宛 |

あ-てる　あて

宛てる address
あ　　gửi đến

宛 addressed to
あて　nơi gửi đến

宛名 recipient's name and address
あて な　tên người gửi đến, tên và địa chỉ gửi đến

560

宗

| 宗 | 宗 | ` | ` | 宀 | 宀 | 宀 | 宇 | 宗 | 宗 |

ソウ　シュウ

宗 sect
そう　giáo phái, môn phái

宗教 religion
しゅうきょう　tôn giáo

561

宣

宣 宣

| 宣 | 宣 | ` | ` | 宀 | 宀 | 宀 | 官 | 官 | 宣 |
| 宣 | | | | | | | | | |

セン

宣教 religious mission
せんきょう　tuyên giáo, truyền giáo

宣伝 publicity
せんでん　tuyên truyền

宣言 declaration
せんげん　tuyên ngôn, tuyên bố

562

宮宮 ｜ 、 ｜ ⌐ 宀 宀 宁 宁 宁 宮 宮

みや

宮 palace
みや cung điện

お宮 Shinto shrine
みや miếu thờ thần

キュウ グウ ク

宮殿 palace
きゅうでん cung điện

563

宴宴 ｜ ｜ ⌐ 宀 宀 宁 宴 宴

エン

宴会 banquet
えんかい bữa tiệc

174 披
307 露

披露宴 reception
ひろうえん tiệc chiêu đãi khi công bố (kết hôn, lập công ty...)

564

寛寛 ｜ ｜ ⌐ 宀 宀 宙 宙 宀 宵 宵 宵 寛 寛

カン

寛容 tolerance
かんよう khoan dung, bao dung

寛大 generous
かんだい rộng lượng

565 審

`	`	`	`	`	`	`	`
宀	宀	寀	寀	宷	審	審	

シン

不審 suspicion
ふ しん　　 đáng ngờ

不審者 suspicious person
ふ しんしゃ　 kẻ khả nghi, kẻ gian

審査 judging
しん さ　　 thẩm tra

審議 deliberation
しん ぎ　　 xem xét kỹ

審判 refereeing
しんばん　 thẩm phán, trọng tài

566 寮

`	`	`	`	`	`	`	`
宨	宨	寮	寮	寮	寮	寮	

リョウ

寮 dormitory
りょう　 kí túc xá

567 窒

`	`	`	`	`	`	`	`
空	窏	窒					

チツ

窒息 suffocation
ちっそく　 ngạt thở

568

窮 窮

| ` | ハ | 宀 | 宀 | 宀 | 宀 | 宀 | 穷 |
| 穷 | 穷 | 穷 | 穷 | 窮 | 窮 | 窮 | |

きわ-める　きわ-まる

キュウ

612 屈

窮屈 constrained
きゅうくつ　chật chội

窮乏 poverty
きゅうぼう　túng quẫn

569

芝 芝

| 一 | 十 | 艹 | 艹 | 芝 | 芝 | | |

しば

芝 lawn
しば　cỏ

芝居 play
しばい　kịch, mánh khóe

芝生 lawn
しばふ　bãi cỏ

570

芯 芯

| 一 | 十 | 艹 | 艹 | 芯 | 芯 | 芯 | |

シン

芯 core
しん　lõi, phần trung tâm

251

571

芳芳 | 一 | 十 | 艹 | 艹 | 芏 | 芳 | 芳 |

かんば-しい

芳しい　fragrant
かんば　　　thơm, tốt

芳しくない　unfavorable
かんば　　　　　không thuận lợi

ホウ

572

茂茂 | 一 | 十 | 艹 | 艹 | 芹 | 芃 | 茂 | 茂 |

しげ-る

茂る　grow thickly
しげ　　rậm rạp, um tùm

モ

573 芽

芽芽 | 一 | 十 | 艹 | 艹 | 莎 | 芒 | 芽 | 芽 |

め

芽　sprout
め　mầm, chồi

ガ

発芽　germination
はつが　nảy mầm

574

茎 茎 ｜ 一 十 艹 艹 芌 苂 茎 茎

くき

くき

茎 stalk
くき cọng, cuống

ケイ

575

苗 苗 ｜ 一 十 艹 芍 芍 芇 苗 苗

なえ なわ

苗 seedling
なえ cây con

ミョウ ビョウ

苗字 surname
みょうじ họ

576

荘 荘 ｜ 一 十 艹 艹 茾 芢 荘 荘 荘

ソウ

別荘 vacation home
べっそう nhà nghỉ dưỡng (khác với nhà ở chính)

577

茹 茹 | 一 ナ ナ ゲ ヴ 芴 茄 茹
茹

ゆ-でる　う-だる　く-う　な　くさ-る

茹でる boil
ゆ　　　luộc

ジョ　ニョ

578

華

華 華 | 一 十 廿 芒 芏 芒 芐 茜
茜 華

はな

華やか glamorous
はな　　　　lộng lẫy, tráng lệ

華々しい splendid
はなばな　　　rực rỡ, tráng lệ

399 繁
595 豪

カ

豪華 extravagant
ごうか　　　hào nhoáng, lộng lẫy

繁華街 city center, downtown
はん か がい　khu phố ăn chơi, mua sắm

579

菌 菌 | 一 十 廿 艹 芇 芦 苗 菌
菌 菌 菌

キン

菌 mushroom
きん　　mầm, khuẩn

殺菌 sterilization
さっきん　　sát khuẩn

細菌 bacteria
さいきん　　vi khuẩn

ばい菌 germ
きん　　vi khuẩn hình que

580 葬

葬 葬

一	十	艹	艹	芦	芦	芦	苑
苑	莚	葬	葬				

ほうむ-る

葬る（ほうむ） bury
chôn cất

ソウ

葬式（そうしき） funeral
đám tang

581 蓋

蓋 蓋

一	十	艹	艹	艹	芏	芏	芸
芸	荅	葢	蓋	蓋			

ふた

蓋（ふた） cover
nắp, vung

ガイ　カイ

582 蒔

蒔 蒔

一	十	艹	艹	芇	苩	苜	苷
苷	莳	蒔	蒔	蒔			

ま-く　う-える

蒔く（ま） sow, plant
gieo, rắc

シ　ジ

583 薦

一	十	サ	サ	芹	广	芦	芦
芦	芦	萬	薦	薦	薦	薦	薦

すす-める

セン

推薦 recommendation
すいせん　tiến cử, đề bạt

推薦状 reference letter
すいせんじょう　thư tiến cử

推薦入試 entrance exam selected candidates
すいせんにゅうし　thi vào trường theo hình thức tiến cử

学校推薦 school recommendation
がっこうすいせん　tiến cử vào trường

584 蘇

一	十	サ	芦	芋	芦	芍	茄
茄	苗	萠	蓙	蓙	鮮	蘇	蘇

よみがえ-る

蘇 る be resurrected
よみがえ　phục hồi, sống lại

ソ　ス

585 笛

ノ	ヒ	ケ	ゲ	癶	竹	竻	笁
笁	笛	笛					

ふえ

笛 flute
ふえ　còi, sáo

テキ

586 筈

ノ	ᅳ	⺮	⺮	⺮	⺮	竺	竺
笁	筈	筈	筈				

はず　**やはず**

手筈 arrangements
てはず　kế hoạch, chương trình

カツ

587 箇

ノ	ᅳ	⺮	⺮	⺮	⺮	竹	竹
筥	筥	箇	箇	箇	箇		

カ

箇条書き itemized form
かじょうが　viết theo gạch đầu dòng

箇所 place
かしょ　nơi, địa điểm

箇月 months
かげつ　tháng (số đếm)

588 箸

ノ	ᅳ	⺮	⺮	⺮	⺮	竺	竺
竺	筈	筈	箸	箸	箸	箸	

はし

箸 chopsticks
はし　đũa

257

589

簿 簿

ノ	⺯	⺮	⺮⺮	⺮⺮	竺	笁	笁
笁	笡	笡	薄	薄	簿	簿	簿

ボ

名簿　register of names
めい ぼ　danh bạ

家計簿　household account book
か けい ぼ　sổ chi tiêu gia đình

590

玄 玄

`	一	ナ	玄	玄			

ゲン

玄関　entrance
げんかん　lối đi vào nhà

☆ 玄人　expert
　くろうと　người có tay nghề

591

斉 斉

`	一	ナ	文	产	斉	斉	斉

セイ

一斉　all at once
いっせい　đồng loạt

592

斎 斎

丶 一 ナ 文 文 产 斉 斉
斉 斎 斎

サイ

書斎 study (room)
しょさい thư phòng

593

享 享

丶 亠 ナ 六 古 宣 亨 享

キョウ

享受 reception
きょうじゅ hưởng thụ

594

亭 亭

丶 亠 ナ 六 古 卢 亭 亭
亭

テイ

亭主 household head
ていしゅ chủ nhà, chồng

亭主関白 domineering husband
ていしゅかんぱく người chồng gia trưởng

Webドリル

523-594

下記ウェブサイトにアクセスして、523 〜 594 の
漢字（かき）を復習（ふくしゅう）しましょう。

Access the Website shown below and review kanji 595 to 660.

Hãy kết nối vào trang web sau đây, và luyện tập các chữ Hán có
số từ 523 〜 594.

PC https://www.ask-books.com/jp/jlptkanji/N1/8.html

Smartphone

試験によくでる！

N1漢字

595-660

クイズ

「ふんいき」はどう書く？

雰囲気　霞囲気　霊囲気　雲囲気

595

豪 豪

、	一	亠	亠	吉	声	高	高
亭	亭	亭	豪	豪	豪		

ゴウ

富豪 wealthy person
ふごう　phú hào, người giàu có

豪華 extravagant
ごうか　hào nhoáng, lộng lẫy

111 邸

豪邸 stately mansion
ごうてい　biệt thự

集中豪雨 local downpour
しゅうちゅうごうう　mưa lớn cục bộ

578 華

ゲリラ豪雨 unexpectedly strong rain
ごうう　mưa lớn bất ngờ

596

麻 麻

、	一	广	广	庁	床	床	庇
庇	麻	麻					

あさ

麻 cannabis
あさ　cây gai, cây lanh

355 酔

マ

麻酔 anesthesia
ますい　thuốc mê, sự mê

麻痺 paralysis
まひ　sự tê liệt

597

庶 庶

、	一	广	庐	庐	庐	庐	庐
庶	庶	庶					

ショ

庶民 ordinary people
しょみん　dân thường

庶務 general affairs
しょむ　tổng hợp

598

廊廊 ` 亠 广 广 庁 庐 庐 庐 庐 廊 廊

ロウ

廊下 corridor
ろうか hành lang

599

廃廃 ` 亠 广 广 庐 庐 庆 庆 庆 庶 庲 廃

すた-れる　すた-る

廃れる go out of use
すた phế bỏ, lỗi thời

廃る go out of use
すた phế bỏ, lỗi thời

ハイ

荒廃 ruin
こうはい hoang phế

廃棄 disposal
はいき phế thải, vứt bỏ

廃止 abolition
はいし hủy bỏ

600

痢痢 ` 亠 广 广 疒 疒 疒 疖 疖 痄 痢 痢

リ

下痢 diarrhea
げり tiêu chảy

赤痢 dysentery
せきり kiết lị

263

601

愚	愚	丶	冂	円	日	尸	肙	禺	禺
		禺	禺	愚	愚	愚			

おろ-か

愚か　foolish
おろ　ngu ngốc

602 痴

グ

愚痴　complaint
ぐ　ち　cằn nhằn, than vãn

愚痴る　complain
ぐ　ち　cằn nhằn, khiếu nại

602

痴	痴	丶	亠	广	广	疒	疒	疒	疒
		疒	疾	痄	痴	痴			

チ

愚痴　complaint
ぐ　ち　cằn nhằn, than vãn

愚痴る　complain
ぐ　ち　cằn nhằn, khiếu nại

601 愚

603

癖	癖	亠	广	广	疒	疒	疒	疒	疖
		疖	疖	疖	疖	癖	癖	癖	癖

くせ

癖　habit
くせ　thói hư, tật xấu

ヘキ

604

癒	癒	亠	广	疒	疒	疒	疒	疒	瘀
		瘀	瘀	瘀	瘀	瘉	瘉	癒	癒

い-やす　い-える

癒やす heal
い　　　chữa lành

癒やし healing
い　　　chữa lành

ユ

治癒 healing
ち ゆ　　điều trị

605

虚	虚	�	ト	广	广	卢	虍	虍	虍
		虍	虍	虚					

うつ-ろ　むな-しい

虚ろ hollow
うつ　　vô hồn, trống rỗng

虚しい empty
むな　　vô ích

キョ　コ

謙虚 modest
けんきょ　khiêm tốn, khiêm nhường

空虚な emptiness
くうきょ　trống rỗng

606

虐	虐	size	ト	广	广	卢	虍	虍	虐
		虐							

しいた-げる

虐げる oppress
いた　　đàn áp

ギャク

虐殺 slaughter
ぎゃくさつ　thảm sát

虐待 abuse
ぎゃくたい　ngược đãi

607

虜 虜

丶	⺊	⺊	广	广	声	虍	虎
虏	虏	虜	虜	虜			

リョ

捕虜 prisoner (of war)
ほりょ tù binh

608

尻 尻

⁊	⁊	尸	尸	尻			

しり

尻 buttocks
しり mông, đít

609

尽 尽

⁊	⁊	尸	尺	尺	尽		

つ-くる　つ-きる　つ-かす

尽くす use up
つ phục vụ, cống hiến

埋め尽くす fill to capacity
う　つ lấp đầy

尽きる be used up
つ cạn kiệt, hết

至れり尽くせり perfect
いた　つ phục vụ hết mình

ジン

266

610

尾　尾

一　コ　尸　尸　尸　尾　尾

お

尾　tail
お　đuôi

ビ

611

尿　尿

一　コ　尸　尸　尺　尿　尿

ニョウ

尿　urine
にょう　nước tiểu

し尿　human waste
にょう　phân người

612

屈　屈

一　コ　尸　尸　屈　屈　屈　屈

クツ

窮屈　constrained
きゅうくつ　chật chội

568 窮

へ理屈　sophism
り　くつ　lí sự cùn

屈折　bending
くっせつ　khúc xạ

理屈　theory
り くつ　logic, hợp lí

退屈　tedium
たいくつ　mệt mỏi, chán chường

267

613

履 履

一	二	尸	尸	尸	尸	尸	尸
尸	屏	屏	屛	屛	履	履	

は-く

履く wear (on lower body)
は　　mang, đi, xỏ (giày, tất)

リ

草履 Japanese-style sandals
ぞうり　dép bằng cỏ

履歴書 resume
りれきしょ　sơ yếu lí lịch

614

房 房

一	二	三	尸	尸	戶	房	房

ふさ

ボウ

文房具 stationary
ぶんぼうぐ　văn phòng phẩm

女房 wife
にょうぼう　vợ

冷房 air conditioning
れいぼう　làm mát, thiết bị làm mát

暖房 heating
だんぼう　sưởi, thiết bị sưởi

615

扇

扇 扇

一	二	三	尸	戶	戶	扇	扇
扇	扇						

あお-ぐ　おうぎ

扇ぐ fan
あお　quạt

セン

扇子 folding fan
せんす　quạt giấy

扇風機 electric fan
せんぷうき　quạt máy

☆ 団扇 handheld fan
　うちわ　quạt tròn, quạt giấy

616

扉 扉

| 一 | ゠ | ゠ | 尸 | 戸 | 戸 | 戸 | 扉 |
| 扉 | 扉 | 扉 | 扉 | | | | |

とびら

扉 door
とびら　cánh cửa

ヒ

617

罰 罰

| 丶 | 丶一 | 冖 | 罒 | 罒 | 罒 | 罒 | 罒 |
| 罰 | 罰 | 罰 | 罰 | 罰 | 罰 | | |

バツ　バチ

罰 punishment
ばつ　phạt

罰する punish
ばっ　bắt tội, phạt

423 刑

刑罰 punishment
けいばつ　hình phạt

処罰 punishment
しょばつ　xử phạt

618

羅 羅

| 丶 | 冖 | 罒 | 罒 | 罒 | 罒 | 罗 | 罗 |
| 羅 | 羅 | 羅 | 羅 | 羅 | 羅 | 羅 | 羅 |

ラ

網羅 encompassing
もうら　toàn diện, bao phủ

392 網

619

衆 衆 衆

′	′′	′宀	宀	血	血	尹
尹	尹	衆	衆			

シュウ　シュ

衆 masses
しゅう　công chúng

大衆 general public
たいしゅう　đại chúng

衆議院 lower house of the National Diet
しゅうぎいん　hạ viện

観衆 spectators
かんしゅう　khán giả

公衆 the public
こうしゅう　công chúng, công cộng

620

雰 雰

一	厂	戸	开	雨	雨	雨	雩
雩	雰	雰	雰				

フン

雰囲気 atmosphere
ふんいき　bầu không khí

621

霞 霞

一	厂	戸	开	雨	雨	雨	雨
雫	霄	霄	霞	霞	霞	霞	霞

かす-む　かすみ

霞む become misty
かす　mờ

カ

622

霜 霜 | 一 ｜ 广 雨 雨 雨 雨 零 零 零 霏 霜 霜 霜 霜 霜

しも
霜 frost
しも sương

ソウ

623

覆 覆 | 一 ｜ 一 雨 雨 覀 覀 覀 覀 覀 覆 覆 覆 覆 覆 覆 覆

くつがえ-す おお-う くつがえ-る

覆す overturn
くつがえ lật ngược, phủ định

覆う cover
おお bọc, bao phủ

フク

覆面 mask
ふくめん mặt nạ, ẩn danh

624

戒 戒 | 一 二 干 开 戒 戒 戒

いまし-める

戒める warn against
いまし cảnh báo

カイ

警戒 vigilance
けいかい cảnh giới, cảnh giác

271

625

或	或	一	ㄏ	ㄐ	回	豇	或	或	或

あ-る　ある-いは

或る　a certain ...
あ　　chỉ người hoặc sự vật, sự kiện chưa xác định

ワク

626

戚	戚	ノ	厂	厂	厅	圧	斥	戚	戚
		戚	戚	戚					

セキ

親戚　relative
しんせき　thân thích

627

戯	戯	丶	ト	广	广	卢	虍	虍	虍
		虚	虚	虚	虚	戯	戯	戯	

ギ

戯曲　drama
ぎ きょく　kịch bản

☐

628

幽	幽	丨	彳	纟	纟	纟	纟	纟	幽
		幽							

ユウ

幽霊 ghost
ゆうれい ma quỷ

305 霊

☐

629

幾	幾	乀	幺	幺	幺	幺幺	幺幺	丝	丝
		丝	丝	幾	幾				

いく

幾 several
いく bao nhiêu

幾分 somewhat
いくぶん một chút

幾ら how much
いく bao nhiêu (tiền)

幾多 numerous
いく た nhiều

幾つ how many
いく bao nhiêu (cái, tuổi)

....

キ

☐

凡

630

凡	凡	丿	几	凡					

ボン ハン

平凡 ordinary
へいぼん bình thường

非凡 extraordinary
ひ ぼん phi phàm

....

☆ 大凡 about
おおよそ đại khái, khoảng chừng

631

凶

| 凶 | 凶 | ノ | メ | 凶 | 凶 | | | | |

キョウ

凶作 bad harvest
きょうさく　mất mùa

632

凹

| 凹 | 凹 | ㇣ | ㇗ | ㇗ | 凵 | 凹 | | | |

オウ

凹凸 unevenness
おうとつ　nhấp nhô, lồi lõm

633 凸

☆ 凸凹 bumpiness
でこぼこ　nhấp nhô, lồi lõm

633

凸

| 凸 | 凸 | ー | ㇗ | 凸 | 凸 | 凸 | | | |

トツ

凹凸 unevenness
おうとつ　nhấp nhô, lồi lõm

632 凹

☆ 凸凹 bumpiness
でこぼこ　nhấp nhô, lồi lõm

匠 634

| 匠 | 匠 | 一 | ７ | ア | 尸 | 斤 | 匠 | | |

ショウ

巨匠 master
きょしょう giáo sư, bậc thầy

匿 635

| 匿 | 匿 | 一 | 二 | 干 | 开 | 芽 | 芽 | 芽 | 若 |
| 若 | 匿 | | | | | | | | |

トク

匿名 anonymity
とくめい nặc danh

匿名希望 using an assumed name
とくめい きぼう yêu cầu nặc danh

圏 636

| 圏 | 圏 | 丨 | 冂 | 冂 | 冂 | 罒 | 圉 | 罨 | 网 |
| 罨 | 罨 | 圏 | 圏 | | | | | | |

ケン

圏 sphere
けん phạm vi

首都圏 capital city
しゅ と けん vùng thủ đô

275

637 厄

厄 厄 | 一 厂 厃 厄

ヤク

厄介 trouble
やっかい　phiền hà, rắc rối

638 刀

刀 刀 | フ 刀

かたな

刀 curved Japanese sword
かたな　dao, kiếm

424 剃

トウ

☆ 剃刀 razor
かみそり　dao cạo râu

639 刃

刃 刃 | フ 刀 刃

は

刃 blade
は　lưỡi dao, cạnh sắc

刃物 edged tool
は もの　dụng cụ sắc nhọn

ジン

640

匂 匂 ⟍ ⟋ 勹 匂

にお-う

匂う be fragrant
にお có mùi

匂い smell
にお mùi

641

勿 勿 ⟍ ⟋ 勹 勿

なかれ

モチ ブツ

勿論 of course
もちろん đương nhiên

642

爪 爪 ⟍ ⟋ 爪 爪

つめ つま

爪 nail
つめ móng, vuốt

277

643 倉

倉 倉

ノ	八	ハ	今	今	今	今	倉
倉	倉						

くら

ソウ

倉庫 storehouse
そうこ　nhà kho

644 傘

傘 傘

ノ	八	ハ	𠆢	𠆢	𠆢𠆢	𠆢𠆢	𠆢𠆢
𠆢𠆢	𠆢𠆢	𡇾	傘				

かさ

傘 umbrella
かさ　ô, dù

折りたたみ傘 folding umbrella
お　　　　かさ　dù xếp

サン

645 舎

舎 舎

ノ	八	ハ	本	全	舎	舎	舎

シャ

校舎 school building
こうしゃ　khu nhà trường

☆ 田舎 countryside
いなか　nông thôn

278

646

舗	舗	ノ	ハ	스	샤	수	숙	舎
		舎	鉰	鉰	鉰	鉰	舗	舗

ホ

舗装 paving (a road)
ほ そう　lát mặt đường

647

幹	幹	一	十	卉	吉	吉	直	卓
		卓	軒	軒	軒	幹		

みき

幹 (tree) trunk
みき　thân cây

カン

幹線 main line
かんせん　tuyến đường chính

新幹線 bullet train
しんかんせん　tàu Shinkansen

幹部 management
かん ぶ　cán bộ

幹事 coordinator
かん じ　cán sự, điều hành

648

丹	丹	ノ	刀	刀	丹			

タン

丹念 meticulous
たんねん　tỉ mỉ, cẩn thận

649 ☐

丼 丼 | 一 二 ≠ 丼 丼

どんぶり　どん

丼　bowl
どんぶり　bát cơm

天丼　tempura served over rice
てんどん　cơm tempura

650 ☐

粛 粛 | 一 ⁻ ⁼ 肀 肀 肀 肀
粛 粛 粛

シュク

自粛　self-restraint
じしゅく　tự kiểm soát

651 ☐

丘 丘 | ノ イ 乍 斤 丘

おか

丘　hill
おか　đồi

122 陵

キュウ

砂丘　sand dune
さきゅう　đồi cát

丘陵　hill
きゅうりょう　đồi núi, ngọn đồi

280

652

井 井 | 一 二 キ 井

井戸 water well
いど cái giếng

井戸端会議 idle gossip
いどばたかいぎ buôn chuyện

ショウ セイ

天井 ceiling
てんじょう trần nhà

653

乙 乙 | 乙

オツ

乙 second party
おつ ất, bên B

甲乙 first and second parties
こうおつ giáp ất, sự so sánh

508 甲

654

己 己 | フ コ 己

おのれ

コ キ

自己 self
じこ tự mình

自己紹介 self-introduction
じこしょうかい tự giới thiệu bản thân

自己満足 self-satisfaction
じこまんぞく tự mãn, tự hài lòng

自己暗示 autosuggestion
じこあんじ tự kỉ ám thị

自己嫌悪 self-hatred
じこけんお căm ghét bản thân

自己流 one's own style
じこりゅう phong cách riêng

655 尤

尤 尤 ｜ 一 ナ 尤 尤

もっと-も　すぐ-れる　とが-める

尤も　most
もっと　đương nhiên, dĩ nhiên

ユウ

656 壮

壮 壮 ｜ ｜ ｜ 丬 爿 壮 壮

ソウ

壮大　magnificent
そうだい　tráng lệ, vĩ đại

657 矛

矛 矛 ｜ フ マ ヌ 予 矛

ほこ

ム

157 盾

矛盾　contradiction
む じゅん　mâu thuẫn

658

| 孝 | 孝 | 一 | 十 | 土 | 耂 | 耂 | 孝 | 孝 |
| | | | | | | | | |

コウ

孝行 filial piety
こうこう hiếu thảo

659

| 疎 | 疎 | ⁊ | ⁊ | ⁊ | ⁊ | 正 | 疋 | 疋 | 疋 |
| | | 疋 | 疎 | 疎 | 疎 | | | | |

うと-い うと-む

ソ

過疎 depopulation
か そ sự giảm dân số

過疎地域 underpopulated area
か そ ち いき khu vực dân số giảm

過疎化 declining population
か そ か suy giảm dân số

疎通 mutual understanding
そ つう hiểu nhau, thông hiểu

660

| 髭 | 髭 | ⌐ | ⌐ | ⊏ | ⊏ | 垕 | 長 | 長 | 長 |
| | | 髟 | 髟 | 髟 | 髟 | 髟 | 髭 | 髭 | 髭 |

ひげ くちひげ

髭 moustache
ひげ râu

シ

283

Webドリル

595-660

下記ウェブサイトにアクセスして、595 〜 660 の
漢字（かき）を復習（ふくしゅう）しましょう。

Access the Website shown below and review kanji 595 to 660.

Hãy kết nối vào trang web sau đây, và luyện tập các chữ Hán có
số từ 595 〜 660.

PC https://www.ask-books.com/jp/jlptkanji/N1/9.html

Smartphone

第2章

ここで差がつく!

N1 漢字

661-800

クイズ

「拷問」はどう読む?

せつもん　たんもん　ごうもん　ぐもん

661 □ 仁

仁
仁

ジン ニ

仁義 virtue
じん ぎ　nhân nghĩa

仁愛 benevolence
じんあい　nhân ái

662 □ 仙

仙
仙

セン

仙人 person not bound by earthly desires
せんにん　tiên nhân, thần tiên

歌仙 great (waka) poet
か せん　nhà thơ lớn, đại thi hào

663 □ 佐

佐
佐

サ

補佐 assistance
ほ さ　trợ lí

664 □ 佳

佳
佳

カ

佳作 good piece of work
か さく　tác phẩm xuất sắc

佳人 beautiful woman
か じん　giai nhân, phụ nữ đẹp

665

俊
俊
俊

シュン

俊敏 quick-witted and agile
しゅんびん thông minh, nhanh nhạy

俊足 swiftness of foot
しゅんそく người tài giỏi, nhanh nhẹn

345 敏

666

倫
倫
倫

リン

倫理 ethics
りんり đạo nghĩa

倫理的 ethical
りんりてき đạo đức

667

俸
俸
俸

ホウ

月俸 monthly salary
げっぽう tiền lương tháng

年俸 annual salary
ねんぽう tiền lương năm

668

偵
偵
偵

テイ

探偵 detective
たんてい trinh thám, thám tử

偵察 scouting
ていさつ trinh sát

287

669 儒 儒

ジュ

儒学 Confucianism
じゅがく　Nho học

儒教 Confucianism
じゅきょう　Nho giáo

670 江 江

え

入り江 inlet
い　え　　vịnh, kênh, lạch

コウ

671 沖 沖

おき

沖 open sea
おき　khơi

沖合い out at sea
おき あ　　ngoài khơi

チュウ

672 浦 浦

うら

浦 inlet
うら　vịnh nhỏ

津々浦々 all over the country
つ つ うらうら　trái dài khắp

673

漆 漆

うるし

漆 tidal flat
うるし　sơn mài, dụng cụ sơn mài

シツ

漆器 lacquer ware
しっき　đồ sơn mài

漆黒 jet black
しっこく　đen nhánh

674

潟 潟

かた

干潟 tidal flat
ひがた　bãi lộ ra khi thủy triều xuống

675

准 准

ジュン

批准 ratification
ひじゅん　phê chuẩn

676

朱 朱

シュ

朱色 vermilion
しゅいろ　màu đỏ tươi

朱肉 cinnabar ink
しゅにく　hộp mực con dấu

677 某

某
某

ボウ

某 unknown person
ぼう　nào đó

某日 certain day
ぼうじつ　ngày nào đó

678 棺

棺
棺

ひつぎ

棺 coffin
ひつぎ　quan tài

カン

出棺 funeral procession
しゅっかん　xuất quan, đưa quan tài ra ngoài

納棺 placing of body in coffin
のうかん　nhập quan, khâm liệm

679 楼

楼
楼

ロウ

鐘楼 bell tower
しょうろう　tháp chuông

摩天楼 skyscraper
まてんろう　nhà chọc trời

519 摩

680 租

租
租

ソ

租税 taxes
そぜい　thuế

681

鶏 鶏

にわとり

鶏 chicken
にわとり gà

ケイ

鶏卵 hen's egg
けいらん trứng gà

682

郎 郎

ロウ

新郎 bridegroom
しんろう tân lang, chú rể

683

陛 陛

ヘイ

陛下 Your Majesty
へいか bệ hạ, đức vua

684

肖 肖

ショウ

肖像 portrait
しょうぞう chân dung, hình tượng, ảnh

不肖 incompetent
ふしょう thiếu khả năng, thiếu trình độ

685 胎

胎
胎

タイ

堕胎 abortion
だ たい　phá thai

胎内 interior of the womb
たいない　trong tử cung

胎児 fetus
たい じ　thai nhi, bào thai

703 堕

686 髄

髄
髄

ズイ

脊髄 spinal cord
せきずい　tủy sống

687 覇

覇
覇

ハ

制覇 domination
せい は　thống trị, chinh phục

覇権 hegemony
は けん　bá quyền

688 罷

罷
罷

ヒ

罷免 dismissal
ひ めん　bãi miễn, sa thải

550 免

689

拙 拙 拙

つたな-い
拙い poor-quality
つたな vụng về

セツ
稚拙 unskillful
ち せつ kém cỏi

690

抹 抹 抹

マツ
抹茶 powdered green tea
まっちゃ trà xanh, bột trà xanh

抹殺 erasure
まっさつ xóa bỏ

691

拷 拷 拷

ゴウ
拷問 torture
ごうもん tra tấn, tra khảo

692

摂 摂 摂

セツ
摂理 (divine) providence
せつ り đạo trời

693

搾
搾
搾

しぼ-る
搾る squeeze
しぼ　vắt

サク
搾取 exploitation
さくしゅ　bóc lột

694

擁
擁
擁

ヨウ
擁護 protection
ようご　bảo vệ, ủng hộ

695

擬
擬
擬

ギ
模擬 imitation
もぎ　giả vờ

擬音 imitative sound
ぎおん　mô phỏng âm thanh

擬人法 personification
ぎじんほう　phép nhân hóa

696

炉
炉
炉

ロ
暖炉 fireplace
だんろ　lò sưởi

697

恒 | 恒 恒

コウ

恒例 established practice
こうれい　thói quen

恒温動物 homeotherm
こうおんどうぶつ　động vật đẳng nhiệt

698

悦 | 悦 悦

エツ

悦楽 enjoyment
えつらく　giải trí

悦に入る be pleased
えつ　い　hài lòng

699

悼 | 悼 悼

いた-む

悼む grieve over
いた　thương tiếc

トウ

追悼 mourning
ついとう　truy điệu

700

惰 | 惰 惰

ダ

怠惰 lazy
たいだ　lười biếng, uể oải

惰性 inertia
だせい　quán tính, thói quen

483 怠

295

701 坑

コウ

炭坑 coal mine
たんこう mỏ than

702 塚

つか

塚 mound
つか ụ, đống

貝塚 shell heap
かいつか đống vỏ sò

703 堕

ダ

堕落 depravity
だらく suy thoái, trụy lạc

堕胎 abortion
だたい phá thai

685 胎

704 塑

ソ

塑像 plaster image
そぞう tạc tượng, đắp tượng

彫塑 engraving
ちょうそ khắc và nặn tượng, tượng điêu khắc

420 彫

296

墳

墳
墳

フン

古墳 ancient burial mound
こ ふん mộ cổ

壌

壌
壌

ジョウ

土壌 fertile ground
ど じょう thổ nhưỡng, đất canh tác

墾

墾
墾

コン

開墾 cultivating new land
かいこん khai hoang

鋳

鋳
鋳

い-る

鋳る cast
い　 đúc

鋳物 casting
い もの đổ đúc

チュウ　ジュウ

鋳造 casting
ちゅうぞう sự đúc

709

錬
錬

レン

精錬 refining
せいれん　tinh luyện

鍛錬 tempering
たんれん　rèn luyện

錬金術 alchemy
れんきんじゅつ　thuật giả kim, thuật luyện kim

242 鍛

710

鎮
鎮

しず-める　しず-まる

チン

鎮静 tranquility
ちんせい　trấn tĩnh

鎮圧 suppression
ちんあつ　trấn áp

711

硫
硫

リュウ

硫酸 sulfuric acid
りゅうさん　axít sulfuric

☆ 硫黄 sulfur
　い　おう　lưu huỳnh

361 酸

712

礁
礁

ショウ

暗礁 sunken rock
あんしょう　đá ngầm

岩礁 reef
がんしょう　đá ngầm (có phần nhô trên mặt nước)

サンゴ礁 coral reef
しょう　rặng san hô

713

后 后

コウ

皇后 empress
こうごう hoàng hậu

255 皇

714

唐 唐

から

トウ

唐突 abrupt
とうとつ đường đột

唐辛子 chili pepper
とうがらし ớt

715

呪 呪

のろ-う

呪う curse
のろ rủa, nguyền

呪い curse
のろ lời nguyền rủa

ジュ

呪文 spell
じゅもん câu thần chú

716

唆 唆

そそのか-す

唆す instigate
そそのか xúi giục

サ

示唆 suggestion
し さ chỉ dẫn, đề xuất

717 喝

喝
喝

カツ

一喝 loud rebuke
いっかつ la hét

喝采 applause
かっさい tung hô

恐喝 blackmail
きょうかつ dọa nạt, uy hiếp

718 喚

喚
喚

カン

喚起 arousal
かんき thức tỉnh, nhắc nhở, kêu gọi

証人喚問 summoning of a sworn witness
しょうにんかんもん triệu tập nhân chứng

719 嘱

嘱
嘱

ショク

嘱託 commission
しょくたく giao phó

嘱望 having great expectation
しょくぼう kỳ vọng

 267 託

720 謁

謁
謁

エツ

拝謁 audience (with someone)
はいえつ bái kiến, gặp người có địa vị cao

謁見 audience (with a superior)
えっけん yết kiến, xem, thưởng thức

721

諭

諭
諭

さと-す
諭す admonish
さと　dạy bảo

ユ
教諭 licensed teacher
きょうゆ　giáo viên

722

謄

謄
謄

トウ
謄本 certified copy
とうほん　bản sao

戸籍謄本 official copy of family register
こせきとうほん　bản sao hộ khẩu

723

曽

曽
曽

ゾ　ソウ
未曽有 unprecedented
みぞう　việc cực kì hiếm, chưa từng xảy ra

724

曹

曹
曹

ソウ
軍曹 sergeant
ぐんそう　trung sĩ

法曹界 legal circles
ほうそうかい　giới luật sư

725 暁

暁
暁

あかつき
暁 daybreak
あかつき binh minh

ギョウ

726 頓

頓
頓

トン

整頓 tidying up
せいとん chỉnh đốn

頓挫 setback
とんざ thụt lùi, bế tắc

727 頒

頒
頒

ハン

頒布 distribution
はんぷ phân phát

728 賓

賓
賓

ヒン

主賓 guest of honor
しゅひん khách chính, khách quý

来賓 guest
らいひん khách, khách mời

302

729

妃

妃
妃

ヒ

王妃 queen
おうひ vương phi

妃殿下 princess
ひでんか vương phi (cách gọi trang trọng)

730

姻

姻
姻

イン

婚姻 marriage
こんいん hôn nhân

婚姻届 marriage registration
こんいんとどけ giấy đăng kí kết hôn

731

姫

姫
姫

ひめ

姫 young lady of noble birth
ひめ tiểu thư

歌姫 songstress
うたひめ nữ danh ca

732

媒

媒
媒

バイ

媒介 mediation
ばいかい môi giới

媒体 medium
ばいたい phương tiện truyền thông, media

733 嫡 嫡

チャク

嫡子 legitimate child
ちゃく し　con ruột, con hợp pháp

---

734 禍 禍

カ

戦禍 war damage
せん か　thảm họa do chiến tranh

禍根 source of a problem
か こん　tai ương

---

735 袖 袖

そで

袖 sleeve
そで　ống tay áo

半袖 short sleeves
はんそで　tay cộc, áo ngắn tay

長袖 long sleeves
ながそで　dài tay, áo dài tay

シュウ

---

736 褐 褐

カツ

褐色 dark brown
かっしょく　màu nâu

茶褐色 dark reddish-brown
ちゃかっしょく　màu nâu sẫm

737

猟

猟
猟

リョウ

狩猟 hunting
しゅりょう đi săn

猟犬 hound
りょうけん chó săn

738

殉

殉
殉

ジュン

殉教 martyrdom
じゅんきょう tử vì đạo

殉職 dying at one's post
じゅんしょく hy sinh vì nhiệm vụ

殉死 following one's master to the grave
じゅんし tuẫn tiết

739

款

款
款

カン

定款 articles of incorporation
ていかん điều lệ

借款 international loan
しゃっかん khoản vay

740

騎

騎
騎

キ

騎士 knight
きし kị sĩ, hiệp sĩ

騎馬 horseback riding
きば cưỡi ngựa

741 ☐

軸

軸
軸

ジク

軸 axis
じく　　cán bút, trục

縦軸 vertical axis
たてじく　trục tung

主軸 main shaft
しゅじく　trục chính

横軸 horizontal axis
よこじく　trục hoành

742 ☐

轄

轄
轄

カツ

管轄 jurisdiction
かんかつ　quản hạt, có thẩm quyền

743 ☐

酌

酌
酌

く-む

酌む drink together
く　　rót rượu

酌み交わす pour drinks for each other
く　　か　　uống giao lưu

シャク

晩酌 dinner-time drink
ばんしゃく　đồ uống buổi tối

744 ☐

醸

醸
醸

かも-す

醸す brew
かも　làm lên men, ủ, tạo

ジョウ

醸成 fermenting
じょうせい　lên men, bồi dưỡng

醸造 brewing
じょうぞう　cất rượu, làm rượu

745

鞄 鞄

<ruby>鞄<rt>かばん</rt></ruby> <ruby>鞄<rt>なめしがわ</rt></ruby>

鞄 bag
かばん cặp, túi

ホウ

746

糾 糾

キュウ

紛糾 complication
ふんきゅう hỗn loạn, rắc rối

糾弾 censure
きゅうだん chỉ trích, lên án, buộc tội

381 紛

747

紋 紋

モン

指紋 fingerprint
しもん dấu vân tay

紋章 coat of arms
もんしょう huy hiệu

748

累 累

ルイ

累計 accumulated total
るいけい lũy kế

累積 accumulation
るいせき tích lũy

749

蚕
蚕

かいこ

蚕 silkworm
かいこ con tằm

サン

養蚕 silkworm raising
ようさん nuôi tằm

750

蛮
蛮

バン

野蛮 barbaric
やばん dã man, hoang dã

蛮人 barbarian
ばんじん người hoang dã

751

蝶
蝶

チョウ

蝶 butterfly
ちょう bướm

752

弔
弔

とむら-う

弔う grieve for
とむら chia buồn, thương tiếc

チョウ

弔意 condolence
ちょうい than khóc, chia buồn

弔問 condolence call
ちょうもん điếu văn

753

艇
艇
艇

テイ

艦艇 military vessel
かんてい　hạm đội

416 艦

754

剛
剛
剛

ゴウ

剛直 integrity
ごうちょく　cương trực

剛健 vigor
ごうけん　tráng kiện, khỏe mạnh

755

叙
叙
叙

ジョ

自叙伝 autobiography
じじょでん　tự truyện

叙勲 conferring of decorations
じょくん　trao huân chương

756 勲

756

勲
勲
勲

クン

叙勲 conferring of decorations
じょくん　trao huân chương

勲章 decoration
くんしょう　huân chương

755 叙

757

勅
勅

チョク

勅令 edict
ちょくれい sắc lệnh hoàng đế

758

赦
赦

シャ

恩赦 amnesty
おんしゃ ân xá

容赦 forgiveness
ようしゃ dung xá, tha thứ

484 恩

759

尉
尉

イ

大尉 captain
たいい đại úy

760

鶴
鶴

つる

鶴 crane
つる con hạc, con sếu

千羽鶴 thousand paper cranes
せんばづる 1000 con hạc giấy

761

迭　迭
迭

テツ

更迭 change (of personnel)
こうてつ　thay đổi vị trí công tác

762

逝　逝
逝

ゆ-く　い-く

逝く pass away
ゆ　chết, qua đời

逝く pass away
い　chết, qua đời

セイ

急逝 sudden death
きゅうせい　đột tử

763

逐　逐
逐

チク

逐一 one by one
ちくいち　cụ thể, chi tiết

駆逐 extermination
く　ちく　xua đuổi, truy đuổi

349 駆

764

遵　遵
遵

ジュン

遵守 observance (of laws)
じゅんしゅ　tuân thủ

765 忍 忍

しの-ぶ　しの-ばせる

ニン

堪忍 endurance
かんにん　nhẫn nại, chịu đựng

忍耐 perseverance
にんたい　nhẫn nại

222 堪
453 耐

766 慈 慈

いつく-しむ

慈しむ be affectionate towards
いつく　trân trọng, thương yêu

ジ

慈愛 affection
じ あい　âu yếm, nhân từ

慈善事業 philanthropic work
じ ぜん じ ぎょう　công việc thiện nguyện

767 懇 懇

ねんご-ろ

コン

懇切 considerate
こんせつ　tận tình

懇親会 social gathering
こんしんかい　buổi tiệc, buổi gặp mặt

768 貞 貞

テイ

貞淑 chastity
ていしゅく　hiền thục

貞節 chastity
ていせつ　đoan trinh, trinh tiết

051 淑

769

韻

韻
韻

イン

余韻 reverberation
よいん　dư âm

音韻 vocal sound
おんいん　âm vị

770

覗

覗
覗

のぞ-く　うかが-う

覗く peek
のぞ　nhìn trộm, liếc nhìn

シ

771

奔

奔
奔

ホン

奔走 being busily engaged
ほんそう　cố gắng, nỗ lực

奔放 uninhibited
ほんぽう　phung phí

772

帆

帆
帆

ほ

帆 sail
ほ　buồm

ハン

帆走 sailing
はんそう　đi thuyền

773 帝

帝
帝

テイ

帝位 imperial throne
てい い ngai vàng

帝国 empire
ていこく đế quốc

774 閥

閥
閥

バツ

派閥 clique
は ばつ bè phái

775 恭

恭
恭

うやうや-しい

恭しい respectful
うやうや cung kính

キョウ

776 宰

宰
宰

サイ

主宰 supervision
しゅさい chủ tọa

宰相 prime minister
さいしょう thủ tướng

777

宵　宵

よい

宵 early night hours
よい chiều muộn

ショウ

778

寡　寡

カ

寡占 oligopoly
かせん lũng đoạn, độc chiếm

寡黙 untalkative
かもく e thẹn, ngại

480 黙

779

窃　窃

セツ

窃盗 theft
せっとう trộm cắp

780

窯　窯

かま

窯 stove
かま lò, lò nung

ヨウ

781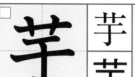

芋
芋

いも
芋 potato
いも khoai

782

菊
菊

きく
菊 chrysanthemum
きく cúc

783

薫
薫

かお-る
薫る be fragrant
かお tỏa hương

クン

784

藤
藤

ふじ
藤 wisteria
ふじ tử đằng

藤色 light purple
ふじいろ màu tía, màu tử đằng

トウ
葛藤 conflict
かっとう xung đột

785

藩

| 藩 | 藩 |

ハン

藩 fiefdom
はん lãnh thổ

藩主 feudal lord
はんしゅ lãnh chúa

786

藻

| 藻 | 藻 |

も

ソウ

海藻 seaweed
かいそう tảo biển, rong biển

藻類 seaweed
そうるい tảo biển, rong biển

787

廉

| 廉 | 廉 |

レン

廉価 low price
れん か giá rẻ

788

疫

| 疫 | 疫 |

エキ ヤク

免疫 immunity
めんえき miễn dịch

疫病 epidemic
えきびょう dịch bệnh

検疫 quarantine
けんえき kiểm dịch

317

789 疾

疾 疾

シツ

疾患 disease
しっかん bệnh tật

疾走 sprint
しっそう lao nhanh, phóng nhanh

---

790 尺

尺 尺

シャク

尺度 scale, measure
しゃくど thước đo, tiêu chuẩn

縮尺 scaling down
しゅくしゃく tỷ lệ thu nhỏ

---

791 尼

尼 尼

あま

尼 nun
あま ni cô, sư cô

尼寺 nunnery
あまでら nữ tu viện

ニ

尼僧 nun
にそう nữ tu, sư cô

022 僧

---

792 幻

幻 幻

まぼろし

幻 illusion
まぼろし ảo, ảo vọng, ảo tưởng

ゲン

幻覚 hallucination
げんかく ảo giác

幻影 phantom
げんえい ảo ảnh

793

囚

シュウ

死刑囚 criminal condemned to death
しけいしゅう　tội phạm tử hình

囚人 prisoner
しゅうじん　tù nhân

423 刑

794

斤

キン

斤量 weight
きんりょう　khối lượng, trọng lượng

795

斥

セキ

排斥 rejection
はいせき　bài xích

796

屯

トン

駐屯 occupancy
ちゅうとん　đồn trú

駐屯地 garrison
ちゅうとんち　nơi đồn trú

797 壺

壺
壺

つぼ

壺 pot
つぼ chum, vại

思う壺 one's expectations
おも つぼ đúng như mong đợi

コ

---

798 其

其
其

そ-の　それ

其の that
そ đó

其 that
それ cái đó

キ

---

799 孔

孔
孔

コウ

瞳孔 pupil (of eye)
どうこう đồng tử

162 瞳

---

800 此

此
此

これ　こ-の　ここ　か-く

此 this
これ cái này, chỗ này

此の this
こ này

Webドリル

661-800

下記ウェブサイトにアクセスして、661 〜 800 の
漢字(かんじ)を復習(ふくしゅう)しましょう。

Access the Website shown below and review kanji 661 to 800.

Hãy kết nối vào trang web sau đây, và luyện tập các chữ Hán có
số từ 661 〜 800.

PC https://www.ask-books.com/jp/jlptkanji/N1/10.html

Smartphone

索引

索引

326

索引

327

索引

329

索引

索引

335

索引

339

はじめての日本語能 力 試験　N1漢字　800
に ほん ご のうりょく し けん　　　　かん じ

2021年10月25日　初版　第1刷発行

編　　　著	アスク出版編集部
Ｄ　Ｔ　Ｐ	朝日メディアインターナショナル株式会社
カバーデザイン	岡崎 裕樹
翻　　　訳	Malcolm Hendricks（英語）
	TON NU DIEM THU（ベトナム語）
印刷・製本	日経印刷株式会社
発 行 人	天谷 修身
発　　　行	株式会社 アスク出版
	〒162-8558 東京都新宿区下宮比町2-6
	TEL 03-3267-6864　FAX 03-3267-6867

©2021 Ask Publishing Co., Ltd.　Printed in Japan　ISBN978-4-86639-364-3

アンケートにご協力ください

 https://www.ask-books.com/support/